80 రోజుల్లో భూప్రదక్షణ కథ

MANTRI PRAGADA MARKANDEYULU, Litt.D

MANTRI PRAGADA MARKANDEYULU, Litt.D.,

Poet, Novelist, Song and Story Writer
B. Com, DBM, PGDCA, DCP,
(Visited Nairobi-Kenya, East Africa)
(Retd. Public Sector Enterprise Officer)

The State of Birland (Bir Tawil) Representative
at Hyderabad-India
CESAR VALLEJO AWARD 2021, UHE, Peru
for Literary Excellence
The Silver Shield Award from UHE, Peru for
my Literary Excellence 2021.
2021 GOLDEN EAGLE WORLD AWARD
FOR LITERARY EXCELLENCE,
HISPAN WORLD WRITERS' UNION Peru
Gujarat Sahitya Academy and Motivational
Strips LITERARY EXCELLENCE
*"Royal Kutai Mulawarman Peace International
Institute, Philippines"*

D9900361

*Royal Success International Book of Records
2019 Honor, Hyderabad-India
Institute of Scholars Research Excellence
Award-2020, Bangalore (India)
Gujarat Sahitya Academy and Motivational
Strips 2020 Honor, Gujarat-India
Hon. Doctorate in Literature from ITMUT,
Brazil. (2019)
Literary Brigadier (2018) from Story Mirror,
Mumbai, India
Spotlight Superstar (2018) from Story Mirror,
Mumbai, India
Golden Ambassador General for Development
and Peace at World
Peoples Forum @ TWPF/BTYA, Bangladesh
State of Birland at Bir Tawil Recognized Poet
RKMPII Nobility Award 2021
RKMPII HEART OF GOLD NOBLES
Certificate 2021
ISFFDGUN Internationally Accredited
Certificate 2021.
Dr. Sarvepalli Radhakrishnan Ratan Award
2021 – WHRC
Mahatma Gandhi Humanity Award 2021 –
WHRC.*

Hyderabad - Telangana State (INDIA)
Email: mrkndyl@gmail.com
+91-9951038802
+91-8186945103
Twitter: @mrkndyl68

80 రోజుల్లో భూప్రదక్షణ కథ

ఇంట్రడక్షన్:

80 రోజుల్లో భూప్రదక్షణ అనే అద్భుతమైన, సాహసోపేతమైన నవల. ఈ నవల ప్రపంచ వ్యాప్తంగా పేరు ప్రఖ్యాతులని సంపాదించు కుంది. ఈ నవల భూగోళ శాస్త్రం తో పాటుగా ఎన్నో సాహస కృత్యాలతో ఎంతో ఉత్కంఠ భరితంగా సాగుతుంది. ప్రస్తుతం మన బాలసాహిత్యంలో ఇటువంటి విజ్ఞాన పరమైనవి, పిల్లలలో పుస్తక పఠనంలో ఆసక్తిని కలిగించేవి లభ్యం కావటం లేదు. అందుకని ఈ నవలని తెలుగు పాఠకులకి, చిన్నలకీ పెద్దలకీ పరిచయం చేయాలనే ఉద్దేశ్యంతో అక్షర తెలుగులో అనువాదం చేయటం జరిగింది.

******

80 రోజుల్లో భూప్రదక్షిణ కథ

Chapter 1

<u>పాత్రలు పాత్రధారులు (Characters)</u>

ప్రఖ్యాత ఫ్రెంచ్ రచయిత: జల్సైవేర్న్ (Mr జల్సైవేర్న్_)

హీరో: ఫిలియాస్ ఫాగ్ (Mr. Philias Fog)

సర్వెంట్: జోన్ పాస్పర్ట్ (Mr. Jone Paspert)

హీరోయిన్: ఔదా (Ms. Ayvdha)

డిటెక్టివ్: ఫిక్స్ (Mr Fix)

రిఫార్మ్స్ క్లబ్: ఆండ్రూ స్టువర్ట్ (Mr. Andrew Stuart)

షిప్ నేమ్స్: (Ships Name)

మంగోలియా ఫ్రాం ఇటలీ టు బొంబాయి

(Mangolia from Italy to Bombay)

బొంబాయి టు హెంగ్ కాంగ్ షిప్: కానాటికా

(బొంబయి to Hong Kong ship Caunatica)

హాంకాంగ్ అండ్ యొకహెూమా

(Hongkong and Yokohama)

ముందుగా ఈ కథలోని ముఖ్య పాత్రలగురించి మాట్లాడుకుందాం. ఈయన పేరు ఫిలియాస్ ఫాగ్. ఈయన బ్రిటిష్ పౌరుడు. 7 Savel రోడ్ సెంట్రల్ లండన్ లో ఉంటాడు. చాలా అందంగా ఉంటాడు. మనిషి చాలా క్రమ శిక్షణతో చాలా కచ్చితంగా ఉంటాడు. అందరికీ కూడా ఫిలియాస్ ఫాగ్ అంటే ఎంతో గౌరవం. ఇతను చాలా ధనవంతుడు. కానీ ఈ ధనం ఎంత సంపాదించాడో, ఎలా సంపాదించాడో అన్నది ఎవరికీ తెలియదు. ఇతనికి నా అన్న వారు ఎవరూ లేరు. స్నేహితులు గానీ, బంధువులుగానీ ఎవరూ లేరు. ఖరీదైన సెంట్రల్ లండన్

లో ఈయన నివసిస్తూ ఉంటారు. ప్రతీ రోజూ ఈయన తప్పనిసరిగా రిఫార్మ్స్ క్లబ్ కి వెళతారు. ఈ క్లబ్ లోనే అన్ని న్యూస్ పేపర్లు చదువుతూంటాడు .

అలాగే పేకాట కూడా ఆడుతూ ఉంటాడు. ప్రపంచంలో ఏ ప్రదేశానైనా సరే, అక్కడి అద్భుతాలన్నీ ఈయన ఎంతో చక్కగా వివరిస్తూ ఉంటాడు. అయితే, అతనికి అందరూ తెలిసిన వాళ్ళు కూడా ఏదో ఒకప్పుడు, ఈయన ఆ ప్రాంతానికి తప్పక వెళ్లి ఉంటారు, ఖచ్చితమైన వివరాలు ఇస్తున్నారు కదా అని అంటారు. యింకా బాగా తెలిసిన వాళ్ళు, అదేంటి మేము ఎన్నో ఏళ్ళనుంచి ఈయనని ఎరుగుదుము. ఈయన ఎప్పుడూ ఇంగ్లండును వదిలి వెళ్లనే లేదు, అని, వాదిస్తూ ఉండేవాళ్ళు. బహుశా, ఈయన

తన మెదడులోనే ఇన్ని ప్రదేశాలకి ప్రత్యక్షంగా వెళ్లి ఉంటారేమో అని ఇంకొకళ్ళు అనుకుంటూ ఉంటారు. ఈ విధంగా ఫిలియాస్ ఫాగ్ గురించి అందరూ రకరకాలుగా చెబుతూ ఉంటారు. కానీ అతను చాలా వ్యక్తిగతంగానే ఉంటాడు. అంటే, ఒంటరిగానే ఉంటాడు. స్నేహితులంటూ, బంధువులంటూ ఎవరూ లేరు. ఇంట్లో ఒక పనిమనిషి మాత్రమే ఉంటాడు. అన్నీ పనులూ ఈ పనివాడు చేస్తూ ఉంటాడు.

గడియారంలో ముల్లు ఎంత క్రమ బద్ధంగా క్రమ శిక్షణగా తిరుగుతూ ఉంటాయో, ఒక్క సెకండ్ కూడా అటూ ఇటూ కాకుండా తిరుగుతూ ఉంటాయో, ఈ ఫిలియాస్ ఫాగ్ కూడా అంత క్రమ శిక్షణ కలిగి ఉంటాడు. ప్రతీ రోజూ ఏ సమయంలో ఏ పని చేస్తారో

అదే సమయంలో అదే పని ఒక్క సెకండ్ అటూ ఇటూ తేడా లేకుండా అలాగే తూచా తప్పకుండా అదే విధంగా ఈ ఫిలియాస్ ఫాగ్ ఆచరిస్తూ ప్రవర్తిస్తూ దినచర్య ని ఖచ్చితముగా పాటిస్తూ ఉంటాడు. ఇది ఈయనని గురించి చాలా మంది చేసినటువంటి విశ్లేషణ.

అయితే, ఒకరోజు పనిమనిషి ని పనిలో నించి తొలగించడం జరిగింది. ఎందుకంటె షేవింగ్ చేసుకునే నీళ్లు, మామూలు వేడి కంటే ఎక్కువగా ఉన్నాయనే విషయంలో, ఆ పనివాడు తప్పుచేసాడని, అతనిని ఉద్యోగంలోంచి ఫిలియాస్ ఫాగ్ తొలగించాడు. మరి ప్రస్తుతం ఆయనకు రాబోయే కొత్త పనివాడి కోసం, పేరు సర్వెంట్ జోన్ పాస్పర్ట్ కోసం ఎదురుచూస్తూ ఉన్నాడు. ప్రొద్దున్న

పదకొండు, పదకొండున్నర మధ్యలో ఈయన ఆపాయిన్మెంట్ యివ్వడం జరిగింది. మాటిమాటికీ గడియారం చూసుకుంటూ ఉన్నాడు ఫిలియాస్ ఫాగ్. ఎందుకంటె ఖచ్చితంగా పదకొండు గంటల ముప్పై నిముషాలికిఆయన ఇంట్లోంచి బయలుదేరి, రిఫార్మ్స క్లబ్ కి వెళ్తాడు. ఈలోగా, అప్పుడే ఎవరో వచ్చినట్టుగా తలుపు తట్టుతున్న చప్పుడు వినిపించింది. ఎవరబ్బా అని బహుశా సర్వెంట్ జోన్ పాస్పర్ట్ అయి ఉంటాడని తలుపు తెరవగానే ఎదురుగా ముప్పై ఏళ్ళ ఆకర్షణీయంగా ఉన్న యువకుడు ఫిలియాస్ ఫాగ్ కి అభివాదం చేసాడు. నా పేరు జోన్ పాస్పర్ట్ అని అతను పరిచయం చేసుకునే లోగానే, ఫిలియాస్ ఫాగ్ గారు మరి జాన్ అంటే బ్రిటిష్ వారి పేరు కదా? మరి నీవు ఫ్రెంచ్ వాడివి అంటున్నావు,

మరి ఏమిటి విశేషం అంటే, నా పేరు జోన్ పాస్పర్ట్, జాన్ కాదండీ. నేను ఫ్రెంచ్ వాడినే, అన్నాడు.

కొన్నాళ్ళు నేను ఫిసికల్ ఎడ్యుకేషన్ డిపార్ట్మెంట్ లో ప్రొఫెషనల్ ఇన్స్ట్రక్టర్ గా పనిచేసాను. కొన్నాళ్ళు సంగీత అభ్యాసం చేసాను. పాటలు పాడే వాడిని. కొన్నాళ్ళు పారిస్ లో ఫైర్ బ్రిగేడ్ లో ఇన్స్పెక్టర్ గా పనిచేసానుయ్. కొన్నాళ్ళు సర్కస్ లో కూడా గుర్రపు స్వారీ చేస్తుండే వాడిని. కానీ, పనివాడిగా నా జీవితంలో నేనెప్పుడూ పని చేయలేదు. మీ గురించి నా మిత్రుడు ఎంతో గొప్పగా చెప్పాడు. మొత్తం లండన్ లో మీ అంత పెద్దమనిషి ఉండరని, క్రమశిక్షణకు మారుపేరని, నిక్కచ్చిగా ఉంటారని, యుఇలా మీ గురించి ఎన్నోవిషయాలు, నాకు ఆయన చెప్పారు.

నేను ఇప్పటివరకు స్థిరం లేకుండా అక్కడా ఇక్కడా ఉద్యోగాలు చేసాను. మీ సంగతి విన్నాక ఇక్కడ మీ దగ్గర ప్రశాంతంగా పనివాడుగా చేరదామని అనుకున్నాను. కానీ నేను పనివాడుగా ఇంతవరకూ పని చేయలేదండీ. నాకు మాత్రం ఆ అనుబుగ్గవం లేదు, అని గబగబా తనకి తెలిసిన విషయాలు చెప్పేసాడు.

ఓహో, అలాగా, నా రిఫార్మ్స్ క్లబ్ లో న మిత్రుడు నీ గురించి చెప్పాడు. నువ్వు ఫ్రెంచ్ దేశస్తుడని చాలా మర్యాదస్తుడవనీ, నాకే సరిగా సరిపోయే మనిషి అని, నాకు చెప్పడం జరిగింది, అని ఫిలియాస్ ఫాగ్ సమాధానమిచ్చాడు.

ఫిలియాస్ ఫాగ్ కి ఎలాంటి పనివాడు కావాలో అని చెప్పబోయే సరికి, సర్వెంట్ జోన్ పాస్పర్ట్ నాకు అంతా అర్ధమయింది, అని చెప్పాడు.

సరే యిప్పుడు టైం ఎంతైంది? అనే అడగ్గా, జోన్ పాస్పర్ట్ తన జేబులోంచి చిన్న గడియారాన్ని తీసి పదకొండు గంటల ఇరవై రెండు నిముషాలు అయిందని చెప్పాడు. నాలుగు నిముషాలు లేటుగా ఉంది. సరే నువ్వు పదకొండు గంటల ఇరవై ఆరు నిముషాల నుంచి ఈ ఉద్యోగంలో చేరినట్టుగా లెక్క. సరే. నేను వెళతాను, అనిచెప్పి సరిగ్గా పోయేదకొండు గంటల ముప్పై నిముషాలకి, నెత్తిమీద టోపీ పెట్టుకొని ఆయన ఏమీ మాట్లాడకుండా వెళ్ళిపోయాడు.

చాలా క్లుప్తంగా జరిగాయి పరిచయాలు.

జోన్ పాస్పర్ట్ మనసులో ఆయన గురించి ఈ విధంగా అనుకున్నాడు. ఈ మనిషిమ్, ఒడ్డూ పొడుగూ చాలా అందంగా ఉన్నాడు. కళ్ళు చాలా ప్రశాంతంగా ఉన్నాయి. చాలా గౌరవంగా ఉన్నాడు. చాలా కలుపటంగా జరిగింది ఆయనతో మాట్లాడటం. ఈయన చాలా తక్కువగా మాట్లాడుతున్నాడు. ఈయన హావభావాలు తెలుసుకోవాలంటే చాలా కష్టం. బహుశా బ్రిటిష్ వారంతా ఇలాగే ఉంటారు కాబోలు. అతను ఏమి ఆలోచిస్తాడో మనకి ఏమీ తెలియదు కానీ, బయట మాత్రం చాలా ప్రశాంతంగా ఉంటాడు. ఇతను నాకు తగిన యజమాని అని అనుకున్నాడు. ఇక్కడైనా నేను హాయిగా ప్రశాంతంగా ఉంటాను,

నమ్మకస్తుడిగా ఉంటాను, అని జోన్ పాస్పర్ట్ అనుకుంటాడు.

ఇక జోన్ పాస్పర్ట్ గురించి మాట్లాడుకుందాం. జోన్ పాస్పర్ట్ ముప్పై ఏళ్ళవాడు. ఆకర్షణీయమైన మొహాన్ని కలిగి ఉన్నాడు. చాలా బలిష్టంగా ఉన్నాడు. నీలి జుట్టు మాత్రం కొంచం చిందర వందరగా ఉంటుంది. జోన్ పాస్పర్ట్ ముందుగా ఆ యింటినంతా ఒక్కొక్క గదిలోకి వెళ్లి పరీక్షించాడు. అంతా చాలా శుభ్రంగా అమర్చినట్లుగా ఉంది. అంతా అయినాక తన గదిలోకి వచ్చాడు. తన గది కూడా చాలా శుభ్రంగా ఉంది. అక్కడ ఒకే పెద్ద గడియారం ఉంది. ఈ గడియారం కి సెకండ్ల ముల్లు చాలా పెద్దగా ఉంది. ఈ రెండు గడియారాలు ఖచ్చితమైన సమయాన్నే సూచిస్తూ ఉన్నాయి.

మెడమీద ఒక కాగితం అంటించబడి ఉంది. దానిపై జోన్ పాస్పర్ట్ దిన చర్య అంతా రాయడం జరిగింది. దానిని చూసుకుంటూ తన పిన్నిని తాను నిర్వహిస్తూ ఉండాలి. అంటే ఫిలియాస్ ఫాగ్ గారు ఎన్నింటికి లేస్తారు. నీళ్ల ఉష్ణోగ్రత ఎంత ఉండాలి. ఎన్నింటికి బ్రేక్ ఫాస్ట్ చేజేస్తారు. ఎన్నింటికి ఇంట్లోంచి బయిటికి వెళతారు. మళ్ళీ ఎన్నింటికి వస్తారు. యివన్నీ కూడా వివరంగా అక్కడ రాసి ఉన్నాయి. జోన్ పాసోపేర్ట్ కి చాలా సంతోషం వేసింది. ఈ మనిషి గడియారంలాగా ఖచ్చితంగా బాగా పని చేస్తూ ఉంటాడు. కాబట్టీ నేను అసలు సిసలైన యజమాని దగ్గరికే వచ్చాను, అని అతను ఎంతో సంతోషపడ్డాడు.

ఫిలియాస్ ఫాగ్ గారు చాలా ఖచ్చితంగా ఉంటాడని మనం చెప్పుకున్నాం కదా. అంటే సరిగా పదకొండు గంటల ముప్పై నిముషాలకి ఆయన రిఫార్మ్స్ క్లబ్ కి వెళ్తాడు. ముందుగా ఎడమ పాదం పెడ్తారు. అది 575 సార్లు అయ్యేసరికి ఆయన రిఫార్మ్స్ క్లబ్ కి వెళతారు. ఆ తరువాత 575 సార్ల తర్వాత కుడి పాదం పెట్టె సరికి, రిఫార్మ్స్ క్లబ్ ఎంట్రన్స్ గేట్ దగ్గర ఆయన చేరుతారు. అక్కడ ఆయన పదమూడు నిముషాలు తక్కువగా ఒంటిగంటకు అక్కడే మధ్యాహ్నం భోజనం అదే టేబుల్ మీద కుర్చీలో కూర్చుని ఆయన భోజనం చేస్తారు. ఆ తర్వాత అక్కడే ఉన్న లైబ్రరీ లో పుస్తకాలు, మాగజైన్లు చదువుతూ ఉంటారు. సరిగా ఐదు గంటలకి ఆయన టీ సేవిస్తారు. ఆ తరువాత పది నిముషాల తక్కువ ఆరు గంటలకి రిఫార్మ్స్ క్లబ్ లో

పేకాట ఆడే గదిలోకి ప్రతీ నిత్యం తాను కూర్చునే టేబుల్ కుర్చీ దగ్గర ఆయన కూర్చుంటారు. పేకాట ఆడినపుడు వచ్చే డబ్బుని, విరాళంగా పంచి ఇచ్చేస్తాడు.

ఫిలియాస్ ఫాగ్ గారితో విచిత్రమైనటువంటి పందెం :

ఆరోజు అక్టోబర్ 2, 1872 వ సంవత్సరం. ఫిలియాస్ ఫాగ్ పేకాట అదే సమయానికి కూర్చోగానే లండన్ లో చాలా మంది పెద్ద మనుషులు, ధనవంతులు వాళ్లంతా కూడా వచ్చి అక్కడే పేకాట ఆడుతూ ఉంటారు.

ఆండ్రూస్ స్టువర్ట్, మరొక ధనవంతుడు సర్ రాల్ఫ్ గౌటీర్ (Sir Ralph Gautier) వీళ్లంతా ఖచ్చితమైన సమయానికి

ఆడుకుంటూ ఉంటారు. ఆ రోజూ ఒక విచిత్రమైనటువంటి సంచలనాత్మకమైన వార్తా న్యూస్ పేపర్ లో వచ్చింది. ఆండ్రూ స్టువర్ట్ గట్టిగా చదువుతున్నాడు. సరిగా సెప్టెంబర్ 29 తేదీన బ్యాంక్ అఫ్ ఇంగ్లాండ్ లో 55,000 పౌండ్స్ దొంగటంబం జరిగిందనీ, ఆ దొంగతనం చేసినవాడు పెద్ద మనిషిలాగా కనిపిస్తున్నదని, ఆయన అలా చదువుకుంటూవెళుతున్నారు. మిగితా సభ్యులందరూ కూడా పేకాట ఆడటానికి సిద్ధమవుతుండగా ఆండ్రూ స్టీవర్ట్ ఇంకా చదువుతూనే ఉన్నాడు. ఆ దొంగతనం చేసిన వ్యక్తిని ఎవరైనా పట్టుకుంటే వారికి 2,000 పౌండ్స్ బహుమానంగా ఇస్తామని బ్యాంక్ అఫ్ ఇంగ్లాండ్ వారు పత్రికా ముఖంగా తెలియజేసారు.

ఇంగ్లాండ్ లోని ప్రఖ్యాతమైన డిటెక్టివ్ లు అందరూ కూడా ఎలాగైనా సరే ఈ దొంగని పట్టుకోవాలని, ఆ రెండువేల పౌండ్స్ బహుమతిని తీసుకోవాలని వాళ్ళ ప్రయత్నాలు మొదలు పెట్టారు.ఈ దొంగతనం చేసిన వ్యక్తి చాలా దర్జాగా, ఠీవిగా చాలా పెద్ద మనిషిలా ఉంటాడు, అని ఒక చిన్నపాటి వర్ణనకూడా చేశారు.

ఆండ్రూస్ స్టీవర్ట్ చదువుతూ అంత పెద్ద విశాల ప్రపంచంలో వాడు ఎక్కడ దాక్కుంటాడో, దొంగని ఎలా పెట్టుకుంటారో, ఏమిటో అని అన్నాడు. అసలు ప్రపంచం అంత పెద్దది కాదండీ అని ఫిలియాస్ ఫాగ్ జవాబిచ్చాడు. ఏమిటి ప్రపంచం అంత పెద్దదిగా లేదా. ఏం మాట్లాడుతున్నారండీ ఫిలియాస్ ఫాగ్ గారు అనగా లేదండీ ప్రపంచం నిజానికి

అంత పెద్దగా లేదు. అది చాలా చిన్నగానే ఉందని చాలా ధీమాగా ఫిలియాస్ ఫాగ్ గారు జవాబిచ్చారు. దానికి సమాధానంగా సర్ రాల్ఫ్ గౌటీస్ (Sir Ralph Gautier) ఒకప్పుడు బి హెూమి చాలా విశాలంగా ఉండేది. కానీ ప్రస్తుతం అది చిన్నగా అయింది. అని మీరు చెపుతున్నంత చిన్నగా కాలేదండీ. ఈ విధంగా పరస్పరంగా అనుకున్నారు. ఫిలియాస్ ఫాగ్ మాత్రం ఏం లేదండీ. ప్రపంచం చిన్నదైపోయింది. నిజం చెప్పాలంటే మనం 80 రోజుల్లో భూమినంతా ప్రదక్షిణ చేయవచ్చు, అని ధీమాగా చెప్పాడు.

ఈ ఇద్దరి సంభాషణ మిగితా సభ్యులందరూ కూడా చాలా ఆసక్తిగా, శ్రద్ధగా వింటున్నారు. అదేమిటి, 80 రోజుల్లో మొత్తం భూప్రదక్షిణ ఎలా చేస్తాము.

మధ్యలో అవాంతరాలు రావొచ్చు. ప్రకృతి వైపరీత్యాలు రావచ్చు. ఓడలు మర్మత్తుకి గురికావచ్చు. ఇన్ని ఉన్నాయి కదా. అలాగని గట్టిగా ఎలా చెప్పగలుగుతారంటే, ఈ అవాతారాలన్నీ దృష్టిలో పెట్టుకొనే మనం ౮ం రోజుల్లో మొత్తం భూప్రదక్షిణ చేయొచ్చు, అని ఫిలియాస్ ఫాగ్ గట్టిగా చెప్పాడు. దానికి గౌటీర్ (Gautier) వారు గట్టిగా నవ్వారు. అది చాలా కష్టం. 80 రోజులలో భూప్రదక్షిణ మాత్రం జరగదు అన్నారు. జరుగుతుంది అన్నారు ఫిలియాస్ ఫాగ్.

యిద్దరు పట్టుదలగా మాట్లాడుతుంటే, పంతాలు పట్టింపులు పెరుగుతున్నాయి. సభ్యులందరు ఆతృతగా ఏం జరుగుతుందో అని చూస్తూ వింటున్నారు. అయితే, ఆ పని నీవు చేయగలవా, అని

గౌటీర్ వారు సవాలు విసిరారు. 4000 పౌండ్స్ పందెం కడతానన్నారు. ఫిలియాస్ ఫాగ్ అన్నారు, నేనే చేస్తాను. కానీ పందెం నేను 20000 పౌండ్స్ కడతాను, అని అయన దృడంగా చెప్పారు. ఎప్పుడు అని అడగ్గా యిప్పుడే పందెం మొదలవుతుంది, అని ఫిలియాస్ ఫాగ్ దృడంగా చెప్పాడు. పందెం ఈ రోజునుంచే ప్రారంభం. సరిగ్గా పావు దక్కువ ఎనిమిదికి నేను డోవర్ (Dowar) స్టేషన్ నుంచుము బయలు దేరుతాను. ఈ రోజూ అక్టోబర్ 2nd. నేను మళ్ళీ 21st డిసెంబర్ కల్లా వెనక్కి వస్తాను. ఒక వేళా అలా కానీ పక్షంలో నేను యిప్పుడే చెక్ రాసిస్తున్నాను 20000 పౌండ్స్ కి. రాలేకపోతే ఈ పౌండ్స్ మీ సొంతమవుతాయి, అని తన జేబులోని ఒక చిన్న నోట్ బుక్ తీసుకుని ఈ వివరాలన్నీ ఫిలియాస్ ఫాగ్ గారు రాసుకున్నారు. సరిగా

డిసెంబర్ 21st 8.45 పీఎం (PM) కి రిఫార్మ్స క్లబ్ లోకి నేను వస్తాను. అప్పుడే కలుద్దాం, అని చెప్పాడు.

ఫిలియాస్ ఫాగ్ గారు ఈ మాటలు చెపుతూ వెంటనే అక్కడినుంచి లేచి తన టోపీ పెట్టుకుని రిఫార్మ్స క్లబ్ నుంచి బయిటికి వెళ్లిపోయారు.

సరిగా ఎనిమిది గంటల పది నిముషాలకి ఇంటికొచ్చిన ఫిలియాస్ ఫాగ్ ను చూసి జోన్ పాస్ పెర్త్ చాలా ఆశ్చర్య పడ్డాడు. ఫిలియాస్ ఫాగ్ గారు వెంటనే పాస్ పెర్త్ టోనీ చెప్పాడు, మనం ఒక పది నిముషాలలో ఇంట్లోంచి బయటకు వెళుతున్నాము. Dowar స్టేషన్ లో మనం ట్రైన్ పట్టుకుని పదకొండు గంటలకి మనం కారు పట్టుకుని సింప్లీ మనం చేరాలి.

పది నిముషాలు సమయం ఇస్తున్నాను. అంతా గబగబా సర్దేసేయి. ఎక్కువ బట్టలు ఏమీ పెట్టుకోకు. మనం దారిలోనే కొనుకుందాం. మనం 80 రోజులలో మొత్తం ఈ భూప్రదక్షిణ చేయబోతున్నాము. అందుకనే మనం సామాన్లు కూడా తీసుకెళ్లక్కర్లేదు, అని చెప్పాడు ఫిలియాస్ ఫాగ్.

జోన్ పాస్ పెర్త్ కి తల తిరిగిపోయింది. అతనికి ప్రపంచం తలకిందులయినట్టుగా అయింది.ఏమీ అర్ధం కావడంలేదు. కానీ ఫిలియాస్ ఫాగ్ లో ఎటువంటి హావభావాలు లేవు. ఆయన నింపాదిగా తన గదిలోపలికి వెళ్ళిపోయాడు. జోన్ పాస్ పెర్త్ మనసులో ఆలోచనలు పెరుగుతున్నాయిట. ఇదేంట్రా భావంతుడా స్థిరమైన ఉద్యోగం తో యేవో పనులు చేస్తూ హాయిగా ఈ

ఫిలియాస్ ఫాగ్ గారి దగ్గర ప్రశాంతంగా జీవనం గడుపుదామంటే , ఈయన ప్రతిగీ రోజూ అదే సమయానికి ఖచ్చితంగా చేస్తూందేసాడు, అని నేను హాయిగా ఉందామంటే, ఇదేమిటి ఈయన 80 రోజుల్లో భూప్రదక్షిణ అంటాడు, అని ఆలోచిస్తూ, ఆశ్చర్యపడ్డాడు. అయినా తన పని తానూ చేసుకుంటూ ఉన్నాడు.సరిగా పది నిముషాలలో అంతా సద్దుకున్నారు. ఫిలియాస్ ఫాగ్ గారు మరియు జోన్ పాస్ పెర్త్ బాగ్ లు తెచ్చారు. ఆ బాగ్ లో 20000 పౌండ్స్ ఉన్నాయి. అది కూడా ఒక చిన్న పాకెట్ లో పెట్టారు. జాగర్త అని ఫిలియాస్ ఫాగ్ అన్నాడు. ఒక పోయేది నిముషాల్లో రైల్వే స్టయిన్ కి వెళ్ళోటం, రైల్ ఎక్కడం జరిగి పోయింది. అయితే ఫిలియాస్ ఫాగ్ కి, జోన్ పాస్ పెర్త్ కి తెలియని విషయం ఏమిటంటే, ఈ ఫిలియాస్ ఫాగ్ రిఫార్మ్స

క్లబ్ మెంబెర్ ప్రపంచ యాత్ర అంతా 80 రోజుల్లో భూప్రదక్షిణ చేస్తున్నట్టుగా మొత్తం లండన్ అంతా మారుమోగిపోయింది. మరుసటి రోజూ పేపర్ లలో కూడా వచ్చేసింది. కానీ ఈ విషయాలు వీరిద్దరికీ తెలీదు.

ఇదంతా గమనిస్తున్నటువంటి స్కాట్లాండ్ డిటెక్టివ్ ఫిక్స్ (Fix) గారు ఒక ఖచ్చితమైన అభిప్రాయానికి వచ్చాడాయన. దొంగ చాలా హుందాగా ఉంటాడు. పెద్ద మనిషి తరహాగా ఉంటాడు. అంటే ఈ లక్షణాలన్నీ కూడా రిఫార్మ్స క్లబ్ మెంబెర్ అయినటువంటి ఫిలియాస్ ఫాగ్ గారికి వర్తిస్తాయి. అందులో ఆయన వెంటనే ఈ భూప్రకాశిన అనే నెపంతో డబ్బులన్నీ కాజేసి బయలుదేరుతున్నారు. కాబట్టి తప్పకుండా ఫిలియాస్ ఫాగ్ దొంగ అయి

ఉంటాడని, డిటెక్టివ్ ఫిక్స్ ఒక నిర్ధారణకు వచ్చేసాడు. ఫిలియాస్ ఫాగ్ గారి ఈ ప్రయాణం గురించి నలుగురూ నాలుగు విధాలుగా మాట్లాడుకోవటం మొదలు పెట్టారు. కొంతమంది ఫిలియాస్ ఫాగ్ ఒక పిచ్చివాడని చెప్పారు. కొంతమంది కాదు కాదూడ్ అతను మేధావి అని, అతను అన్ని ప్రణాళికలు చాలా పకడ్బందీగా వేస్తుంటాడని అంటీగారు. యిలా వాళ్ళు మాట్లాడుకుంటున్నారు. ఇది జరిగిన కొద్దీ రోజుల్లో ఒక ప్రముఖమైనటువంటి వార్త వచ్చింది. అది డిటెక్టివ్ ఫిక్స్ అనే ఆయన చెప్పిన సమాచారం ప్రకారంగా దొంగ యొక్క ఆనవాళ్ళన్నీ తెలిస్తే ఆయన వ్యక్తిత్వాన్ని గమనిస్తే ఖచ్చితంగా నా అనుమానమంతా రిఫార్మ్స్ క్లబ్ లో గౌరవనీయులు అయినటువంటి ఈ ఫిలియాస్ ఫాగ్ అనే వ్యక్తి వైపే నా దృష్టి

అంతా కేంద్రీకరింప బడింది. అతనే తప్పకుండా ఈ పని చేసి, భూప్రకాశిన అనే నెపంతో ఇలా హఠాత్తుగా బయలుదేరడానికి కారణం అని ఆయన ఇచ్చిన స్తతెమెంత్ వార్తా పత్రికల్లో ప్రముఖంగా ప్రచురింప బడింది. ఈ విధంగా ఫిలియాస్ ఫాగ్ గురించి రకరకాలుగా జనాలు అనుకుంటున్నారు. ఈ వార్త అందరి నోళ్ళలో పడింది.

****

80 రోజుల్లో భూప్రదక్షణ
(Around the World in 80 days)

Chapter 2

9th అక్టోబర్ స్కాట్లాండ్ యార్డ్ డిటెక్టివ్ ఫిక్స్ ఒక నిర్ణయానికి వచ్చేసాడు. రిఫార్మ్స్ క్లబ్ లో ఒక పెద్ద మనిషిగా చెలామణి అవుతున్న ఫిలియాస్ ఫాగ్ అనే అతను బ్యాంక్ అఫ్ ఇంగ్లాండ్ లోప్ 55 ౦౦౦పౌండ్స్ దొంగలించాడని నిర్ధారణకు వచ్చేసాడు డిటెక్టివ్ ఫిక్స్. అతను ఎలాగైతే అలాగ ఈ ఫిలియాస్ ఫాగ్ వెంటబడి అతన్ని అరెస్ట్ చేసి పట్టుకొని 2000 పౌండ్స్

ని తీసుకోవాలని పథకంలో ఉన్నాడు. ఈ విషయాలన్నీ ఫిలియాస్ ఫాగ్ కి కానీ, జోన్ పాస్ పెర్త్ కి కానీ ఏమీ తెలియవు. ప్రస్తుతం వాళ్లిద్దరూ ఇటలీ చేరుకొని మంగోలియా అనే ఓడలో బొంబాయి కి వెళ్ళవలసింది అన్నమాట. మంగోలియా అనే ఓడని ఇటలీ లో ఎక్కి వాళ్ళు ఇండియా లో ఉన్న బొంబాయి చేరాలని. ఎలాగైతే నేమి ఇటలీ లోని మంగోలియా ఓడని వాళ్ళు ఎక్కారు. డిటెక్టివ్ ఫిక్స్ ఎలాగైతేనేమియో వాళ్ళని పట్టుకోవాలని అక్కడికి చేరాడు. అలా చేరుకొని ఆ ప్రయాణికుల్ని భాగస పరిశీలనగా చూస్తూ ఉన్నాడు. అతనికి హఠాత్తుగా సుయెజ్ దగ్గర ఫిలియాస్ ఫాగ్ మరియు జోన్ పాస్ పెర్త్ వాళ్ళని కనుగొన్నాడు. అక్కడ సుయెజ్ లో వాళ్ళని పట్టుకొని సంభాషణలు మొదలు పెట్టాడు.

అభివాదాలు చేసి ఏమిటీ మీరు యిక్కడ సుయెజ్ లో బోలెడు చూడాసి చాలా ప్రదేశాలున్నాయి కదా. మరి మీరు ఇవేవీ చూడకుండా హడావిడిగా ఉన్నారేంటి అని ప్రశ్నించాడు. దానికి సమాధానంగా జోన్ పాస్ పెర్త్ ఏం లేదండి, మా యజమాని గారు ఈ 80 రోజుల్లో మొత్తం భూప్రదక్షిణ చేయాలనుకుంటున్నారు. నాకూ చూడాలని ఉంటుంది కానీ మరి నేను మా యజమానితో పాటు వెళ్ళాలి కదా, అందుకే నాకు ఈ సుయెజ్ ని చూసే అవకాశం లేదు, అని చెప్పాడు. మనసులో డిటెక్టివ్ ఫిక్స్ కి తన అనుమానం రూఢి అయింది. ఏమీ తెలియని వాడిలా అదేమిటీ మీ యజమాని గారి దగ్గర చాలా డబ్బులున్నట్టున్నాయి కదా, చాలా ధనవంతులు అయినా ఇదేమిటయ్యా ఇన్ని మంచి మంచి ప్రదేశాలు

చూడకుండా, 80 రోజుల్లో భూప్రదక్షిణ చేస్తే ఏం వస్తుంది. దానివల్ల ఏం లాభం? ఎందుకు మీ యజమాని అంత ఆత్రుత పడుతున్నాడు, అని అడిగాడు. జోన్ పాస్ పెర్త్ ఏమోనండీ నాకేం తెలీదు. నేనిప్పుడు గబగబా మా యజమాని దగ్గరికి వెళ్ళాలి. ఔను ఇంతకీ మీరు మీరు అంటూంటే నేను ఫిక్స్ ని. నన్ను ఫిక్స్ అని పిలుస్తే చాలు. నా పేరు జోన్ పాస్ పెర్త్ అని తనను తానూ పరిచయం చేసుకున్నాడు. అయితే మరి నేను వెళ్ళొస్తాను అని చెప్పి వెళుతుంటే బహుశా నేను కూడా నీతో పాటు వస్తానని అనుకుంటాను, మళ్ళీ మనం కలుద్దామని చెప్పాడు ఫిక్స్.

అక్టోబర్ 10. మొత్తానికి సుయెజ్ నుంచి కూడా బొంబాయి దిశగా ప్రయాణం సాగించింది. డిటెక్టివ్ ఫిక్స్ ఆలోచిస్తూ

ఉన్నాడు. తనకి టెలిగ్రామ్ వస్తే కానీ అతను ఫిలియాస్ ఫాగ్ ని అరెస్ట్ చేయడానికి కుదరనే కుదరదు.

ఏమిటబ్బా, ఇతనితో పాటు నీ వేళ్ళ వలసి వస్తుంది. టెలిగ్రామ్ ఇంకా రాలేదు అంది అతను పరి పరి విదాలు ఆలోచిస్తూ అతను కూడా ఆ ఒకడలో ప్రయాణం సాగించాడు. అక్టోబర్ 20 మంగోలియాయా బొంబాయి తీరాన్ని చేరుకుంటుంది. ఈలోగా ఫిలియాస్ ఫాగ్ గారు తన చిన్న నోట్ బుక్ లో తన ప్రయాణ ప్రణాళికని రాసుకుంటున్నాడు. ఏ రోజు ఎన్ని గంటలకు ఎక్కడ తిరిగాడో, ఏ పద ఎక్కాడు, ఏ విధమైన ప్రయాణం చేస్తున్నాడని , అన్ని రాసుకుంటున్నాడు.

జోన్ పాస్ పెర్త్ కూడా ఆలోచిస్తున్నాడు. మా మాస్టర్ గారు రెండు రోజుల ముందే ఉన్నారు. మా యజమానిగారు అనుకున్న దానికన్నా, కానీ ఎలాగైనా సరే ఈయన ఒప్పందం గెలవాలి లేకపోతే చాలా ఇబ్బంది పడవలసి వస్తుంది. వాతావరణం సరిగ్గా లేక పోయిన, రైలు లైన్ సరిగా లేక పోయినా చాలా కష్టం కదా అని తన పెట్టెలో తన యజమాని పెట్టిన ఇరవై వేల పౌండ్స్ గురించి జాగ్రత్తగా చూసుకోవాలని అనుకున్నాడు. ఏవేమే పట్టనట్టుగా ఫిలియాస్ ఫాగ్ నోట్ బుక్ లో అన్ని వివరాలు రాసుకుంటూ తోటి ప్రయాణీకులతో చక్కగా పేకాట ఆడుతూ సరదాగా కాలం గడుపుతూ ఉన్నాడు. ఏమీ పట్టనట్టుగా యిలా ఎవరి ఆలోచనలో వాళ్ళు ఉండగా ఇరవై అక్టోబర్ బొంబాయి కి ఈ మంగోలియా అనే కూడా చేరింది.

ఫిలియాస్ అఫ్, జోన్ పాస్ పెర్త్ ఇద్దరూ కూడా బొంబాయి స్టేషన్ కి వెళ్లారు. అనుకున్న ప్రకారమే ఆ రైలు సిద్ధంగా ఉంది. ఆ రైలు ఎక్కారు. వారు అలా ప్రయాణం సాగిస్తూ ఉన్నారు. అంతా బాగుంది అనుకున్నప్పుడు కొంత దూరం వెళ్ళాక ఆ ఇంజిన్ డ్రైవర్, రైలు ఆపి ప్రయాణీకులనుద్దేశించి, ఈ ప్రయాణం ఇంకా ముందుకి సాగదు. ముందు మరమ్మత్తులు సాగుతున్నాయి. రైల్వే ట్రాక్ ఇంకా పూర్తిగా వేయలేదు. ముందు స్టేషన్ కి మీరు వెళ్లాలంటే యిక్కడే దిగి మీ ప్రయాణాలు మీరు చేసుకోవాలి, అని చెప్పాడు. దాంతో జోన్ పాస్ పెర్త్ కి చాలా దిగులు వేసింది. అయ్యో! భగవంతుడా ఏమిటి ఇలా జరుగుతోంది అని అనుకున్నాడు. అయితే ప్రయాణీకులంతా ఎవరి ప్రయాణ సన్నాహాలు వాళ్ళు

చేసుకుంటున్నారు. వీళ్ళు అక్కడినుంచి కలకత్తా మీదుగా అలాహాబాదు వెళ్లాలన్నమాట. అర్ధాంతరంగా రైలు ఆగింది. ఎవరి ప్రయాణపు సన్నాహాలు వాళ్ళు చేసుకుంటున్నారు. వీళ్ళు అలాహాబాద్ వెళ్ళాలి. నింపాదిగా ఉన్నాడు ఫిలియాస్ ఫాగ్. డిటెక్టివ్ ఫిక్స్ కూడా ఆలోచిస్తున్నాడు. మిగిలిన ప్రయాణీకులని గమనిస్తూ ఉన్నాడు. కొంతమంది ఎడ్లబండిలో వెళ్తున్నారు. కొంతమంది రిక్షాలో వెళ్లిపోతున్నారు. ఫిలియాస్ ఫాగ్ మరి అక్కడే ఎనుయ్గులు నడిపే వాడు ఉన్నాడు. అతని దగ్గరికి వెళ్లి బేరం మొదలు పెట్టాడు. అలాహాబాద్ వెళ్ళాలి మేము. నువ్వు కూస్తున్నావు కదా ఈ ఏనుగుని నేను కొంటాను. నీకు కావలసిన డబ్బు ఇస్తాను. నువ్వే మమ్మల్ని అలాహాబాద్ చేర్చాలి, అని బేరం పెట్టాడు.

ఆ మాయావతి వాడు తాను అనుకున్నదానికన్నా ఫిలియాస్ ఫాగ్ ఎక్కువ ధనం ఇస్తానని అనగానే, ఆ ఏనుగుని అమ్మేశాడు. కానీ మరి తాను మావటి వాడుగా వుంది అలాహాబాద్ చేస్తా అన్నాడు. ఇలా జరుగుతూ కొంతదూరం ప్రయాణం చేసే సరికి, అది పెద్ద అడవి, సింహాల అరుపులు వినిపిస్తున్నాయి. చీకటిగా ఉంది. ఆ అందమైన ఏనుగు పేరు పూని. మావటివాఁడు దానికి కొంత విశ్రాన్తి యివ్వాలని ఒక చెట్టు కింద ఆపారు. అలాగే ఆ చీకట్లో వాళ్ళు అలాగే ఉండిపోయారు. అలా ఎవరి ఆలోచనలో వారు ఉండగా పెద్ద కోలాహలం, అరుపులు, కేకలు, డప్పులు, వాయిద్యాలు, మోతలు అన్నీ వినిపిస్తున్నాయి. వీళ్ళందరూ ఆశ్చర్య పడ్డారు ఏమిటా హడావిడి అబ్బా అని. అదేమిటో నేను కనుక్కుని వస్తానని,

మీరిక్కడ ఉండండని మాయావతి వాడు దగ్గరలో ఆ కోలాహలం కనిపిస్తున్న ఆ ఊరి వైపుగా వెళ్ళాడు. అక్కడంతా జనాలు ఉన్నారు. దూరంగా కాగడాల వెలుతురు. ఆ వెలుగులో కొన్ని దృశ్యాలు అస్పష్టంగా కనిపిస్తున్నాయిపి. అందరూ హుషారుగా పిచ్చి పెట్టినట్లుగా గంతులు వేస్తున్నారు. మామూలు పరిస్థితిలో వున్నట్టుగా నాకు తెలియటంలేదు. ఈ లోగా మావటివాఁడు వచ్చాడు. అయ్యా! ఈ వూళ్ళో ముసలి రాజుగారు చనిపోయారు. ఆయనని దహనం చేయాలి. అయితే మరి అంత హడావిడి ఏమిటి ఆ జనం అంతా బాగా తాగినట్లుగా నృత్యాలు చేస్తున్నారు, అరుపులు, కేకలు ఏమిటి అంటే..... ఏమీలేదు.... భార్యను కూడా దహనం చేస్తారు. ఈ ముసలి రాజుగారి భార్య చాలా చీన్నది. బొంబాయిలో ఒక ధనవంతుడైన

వర్తకుడి కుటుంబంలో పుట్టింది.; పాస్తాత్య విద్యలన్నీ నేర్చుకుంది. ఆంగ్ల భాష అనర్గళంగా మాట్లాడగలడు. యూరోపియన్ పద్ధతులన్నీ తెలుసు. తండ్రి పోయిన తర్వాత అనుకోని పరిస్తుతుల్లో ఈ ముసలి రాజుగారితో వివాహం అయి, యువరాణి అయింది. పెళ్ళైన మూడు నెలలకే వాళ్ళాయన చనిపోయాడుట. ఆయన చితిమీద దహనం చేయడానికి యువరాణిని కూడా తీసుకొచ్చారు. అందుకే అక్కడ, అరుపులు, కేకలు తో తాగి నృత్యాలు చేస్తున్నారు అంటూ మావటివాఁడు విషయం చెప్పేసరికి ఫిలియాస్ ఫాగ్ కి చాలా కోపం వచ్చింది. ఇదేమిటి? ఈ వింత ఆచారం ఏమిటి? అమానుషం. మానవులు బతికున్న ఆ అమ్మాయిని సజీవంగా దహనం చేయడం ఏమిటి? ఎలాగైనా సరే

ఆ అమ్మాయిని రక్షించే తీరుతాను అని చెప్పాడు. దానికి సమాధానంగా ఆ మావటివాఁడు బాబూ! అక్కడికి వెళ్లారంటే మీమాట విన్నారంటే వాళ్ళందరూ కలిసి మిమ్మల్ని చంపేస్తారు. ఇది ఎప్పడినించో వస్తున్నా ఆచారం. మీరు చెప్పినట్లు ఎవరూ వినరు, జాగ్రతంది, అన్నాడు. నేను మిమ్మల్నెవరినీ రమ్మనటం లేదు. నేనొక్కడినే వెళ్లి ఆమెని రక్షిస్తాను అని ఫిలియాస్ ఫాగ్ చెప్పాడు. దానికి సమాధానంగా జోన్ పాస్ పెర్త్ అయ్యా! నేను కూడా మీతో పాటు మేరుకు సహాయంగా వస్తాను అని చెప్పటం జరిగింది. ఆ యువరాణి గారి పేరు ఔదా! జోన్ పాస్ పెర్త్, ఫిలియాస్ ఫాగ్ ఈ ఇద్దరూ కూడా ఆ యువరాణి ని ఎలా రక్షించాలి అని ఆలోచిస్తున్నారు. జనం అంతా విపరీతంగా ఉన్నారు. తెల్లవారేసరికి ఈ

సతీసహగమనం చేసేయాలి. యిప్పుడు కానక వెళ్తే జనం అంతా చాలా విపరీతంగా ప్రవర్తిస్తున్నారు. ప్రమాదం అని గమనించారు. కానీ ఫిలియాస్ ఫాగ్ చాలా సేపు చూసాడు. అతనిలో ఒక్కసారిగా ఆవేశం వచ్చేసింది. వెంటనే అతను ఆ జనం మధ్యలోకి ఉరికాడు. ఈలోగా జనం అంతా ఆశ్చర్యపోతూ అరుపులు, కేకలూ మొదలు పెట్టారు. ఎదురుగా ఉన్న దృశ్యం చూసేసరికి ప్రజలకీ, ఫిలియాస్ ఫాగ్ కి, ఈ యిద్దరికీ చాలా ఆశ్చర్యం వేసింది. అక్కడ చనిపోయారన్న ఆ ముసలి రాజావారు నిజానికి చనిపోలేదు. అతడు అమాంతంగా చితినుండి లేచి, ముందే కట్టలు విప్పుకున్నాడు కాబోలు, ఔదా ని చేతితో పట్టుకుని జనానికి దూరంగా అక్కడి నుంచి వేగంగా పరుగెత్తి పారిపోసాగారు.

కాసేపటికి ఫిలియాస్ ఫాగ్ కి అర్థమైంది, ఆశ్చర్యమేసింది.

కాసేపటికి తెలిసింది. ఆ పరుగెత్తి వెళ్ళిపోతున్నవాడు జోన్ పాస్ పెర్త్ అని. లోగడ యితడు ఎన్నో రకాల ఉద్యోగాలు చేశాడు కదా? అన్నింట్లో ప్రవేశం ఉంది. అన్నివృత్తుల్లో ఉన్నాడు. అని గమనించి తాను కూడా బయలుదేరి ఆ ఫూని, ఆ ఏనుగు పేరు ఫూని అని చెప్పున్నాము కదా! అక్కడికి బయల్దేరారు. ఆ చీకట్లో అందరూ, తమ ప్రయాణాన్ని సాగించి, తెల్లవారు ఝూమున అలాహాబాద్ కి చేరారు. అలాహాబాద్ నించి వారు కలకత్తా కి వెళ్ళాలి. ఫిలియాస్ ఫాగ్ చాలా సంతోషించి ఆ మావటి వాడితో ఈ ఏనుగుని నీకు బహుమతిగా యిచ్చేస్తున్నాను. నువ్వు నాకు డబ్బులేమీ

ఇవ్వక్కర్లేదు. అని చెప్పగా ఆ మావటివాఁడు పదే పదే కృతజ్ఞతలు చెప్తూ చాలా చాలా సంతోషించాడు. ఆ ఏనుగు యజమాని అయ్యాడు కదా! హాయిగా ఆ ఏనుగు మీద తిరిగి వెనక్కి వెళ్ళిపోయాడు. ఔదా రానికి అప్పుడప్పుడే తెలివి వచ్చింది. హౌరా కి వెళ్ళవలసిన రైలు సమయానికి వచ్చింది. రైల్లోకి ఎక్కాక జరిగిన సంగతంతా ఫిలియాస్ ఫాగ్, మరియు, జోన్ పాస్ పెర్త్ లు వివరించగా ఔదా రాణి గారికి చాలా ఆశ్చర్యం వేసింది. ఎంతో కృతజ్ఞతా భావం గుబాళించింది. అదేమిటి, ముక్కూ మొహం ఎలియని ఈ పరదేశీయులు ప్రాణాలకు తెగించి నన్ను ఈ విధంగా రక్షించారు... అని కృతజ్ఞతా భావం కలిగి ఉంది. ఇలా వాళ్ళు మాట్లాడుకుంటూ తెల్లవారు ఝూము అయ్యేసరికి హౌరాలో దిగారు. కలకత్తా నుంచీ వాలు హెంగ్

కాంగ్ వెళ్లే ఓడను పట్టుకోవాలన్నమాట. అదృష్టం కొద్దీ వీళ్ళు వెళ్లే సరికి ఆ కూడా మధ్యాన్నం 12 గంటలకు బయలు దేరుతుందని చెప్పారు. వీళ్ళకి సమయం చాలా ఉందన్న మాట. మరి ఈ సమాచారం డిటెక్టివ్ ఫిక్స్ కి ఎలా తెగెలిసిందో తెలియదు కానీ అతను కూడా వీళ్ళతో పాటు ఇదే ఓడ ఎక్కి హెంగ్ కాంగ్ కి బయలు దేరాడు. హెంగ్ కాంగ్ కి బయలు దేరిన ఓడ కొంత సమయం సింగపూర్ లో ఆగింది. డిటెక్టివ్ ఫిక్స్ ఒకటే మదన పడసాగాడు. ఏమిటీ టెలిగ్రామ్ యిాలన్కా రానే రాలేదు. మరి టెలిగ్రామ్ వస్తే కానీ నేనేమీ చేయలేను. హెంగ్ కాంగ్ కూడా ప్రస్తుతం బ్రిటిష్ వారి ఆధీనంలోనే ఉంది కదా!. బహుశా నేను హెంగ్ కాంగ్ వెళ్లేసరికి టెలిగ్రామ్ వచ్చే ఉంటుంది. ఎలాగైనా సరే నేను ఫిలియాస్ ఫాగ్ ని

అరెస్ట్ చేయిస్తాను అనే తన పథకాలు తాను వేసుకుంటూనే ఉన్నాడు. అయితే హెంగ్ కాంగ్ నించే వాళ్ళు జపాన్ వెళ్ళవలసిన ఓడ ఎక్కాల్సింది. కానీ దురదృష్ట వశాత్తు వాతావరణ పరిస్థితులు సరిగా లేనందు వలన వీళ్ళెక్కిన ఓడ ఒక రోజు ఆలస్యంగా హెంగ్ కాంగ్ కి చేరింది. అప్పుడు జోన్ పాస్ పెర్త్ చాలా నిరుత్సాహపడ్డాడు. అయ్యో! నా యజమాని పందెం ఓడిపోతాడేమో! ఇప్పుడెలా? ఒకరోజు మనకి పోయింది. అంటే ఫిలియాస్ ఫాగ్ ఎటువంటి త్రొట్రుపాటు లేకుండా, ఆ పార్టీలోనే వున్నా ఒక చోటు యజమాని దగ్గరకెళ్ళి యోక్లోహెూమాకి వెళ్లే ఓడ ఎప్పుడు బయలు దేరుతుంది అని అడిగాడు. రేపు పొద్దున్నే బయలు దేరుతుంది. ఎందుకంటె ఈ ఓడలో కొన్ని మరమత్తులు జరగాల్సి ఉంది. ఆ

మర్మత్తులన్నీ చేసే సరికి ఆలస్యమవుతుంది. అవన్నీ అయ్యాక బయలు దేరుతాము, అని చెప్పాడు ఆ బోటు యజమాని. అంటే వీళ్ళు ఈ పద ఎక్కి యొకఁలోహెమా అంటే జపాను చేరి అక్కడ హెంగ్ కాంగ్ తప్పిపోయిన ఓడ ఎక్కి పై (ముందు) ప్రయాణం చేసుకోవాలన్న మాట. ఆ పడవ యజమాని అలా చెప్పేసరికి జోన్ పాస్ పెర్త్ ఎందుకో సంతోషించాడు. ఆ పడవ యజమానికి ధన్యవాదాలు చెప్పాడు. ఫిలియాస్ ఫాగ్ కొంచెం ఆశ్చర్యపడ్డా బయటికి ఏమీ మాట్లాడలేదు. ఈ విధంగా వారంతా వెనక్కి వెళ్లిపోయారు. అంటే 6 నవంబర్ నాడు వేళ్ళు చేరి ఆ ఓడని ఎక్కవలసిందే . కానీ వాతావరణం ప్రతికూలంగా ఉండటం వలన వాళ్ళు 7 నవంబర్ కి చేరేసరికి ఆ ఓడ వాళ్ళని వదిలేసి హెంగ్ కాంగ్ కి

వెళ్ళిపోయింది. అందుకే ఫిలియాస్ ఫాగ్ యింకొక ఓడని ఎక్కి హాంగ్ కాంగ్ కి వెళ్లి అక్కడ ఆ పెద్ద ఓడని ఎక్కాలని ప్రయత్నం అన్నమాట. ఈ వివరాలన్నీ ఫిలియాస్ ఫాగ్ తన నోట్ బుక్ డైరీ లో ఎప్పటికప్పుడు రాసుకుంటూ వున్నారు.

****

80 రోజుల్లో భూప్రదక్షిణ
(Around the World in 80 days)

Chapter 3

పోయిన అధ్యాయంలో, అనగా పార్ట్-2, మనం ఫిలియాస్ ఫాగ్, జోన్ పాస్ పెర్త్ ఏ విధంగా ఔదా ని రక్షించారు, ఏ విధంగా అలాహాబాద్ చేరుకున్నారు అని

తెలుసుకున్నాము. కలకత్తా కి చేరుకునే ప్రయాణంలో ఔదా కి జరిగిన విషయాలన్నీ తెలిపారు. ఆమె చాలా కృతజ్ఞతా భావం తెలిపింది. అనుకున్నట్టుగానే రైలు కలకత్తా చేరింది. ఆ రోజు మధ్యాన్నం హాంగ్ కాంగ్ కి వెళ్లే ఓడ బయలు దేరుతుందని తెలిసాక ఆ ముగ్గురూ కొంచెం అటూ ఇటూ తిరుగుతూ ఓడ బయలుదేరే సమయానికి వచ్చి ఎక్కారు. ఆ ఓడ హాంగ్ కాంగ్ దిశగా బయలుదేరింది. డిటెక్టివ్ ఫిక్స్ ఎలా అక్కడికి చేరాడో తెలియదుకానీ అతడు కూడా హాంగ్ కాంగ్ కి వెళ్లే ఓడ ఎక్కాడు. వాతావరణం ప్రతికూలంగా ఉండటంతో వాళ్ళు ముగ్గురూ హాంగ్ కాంగ్ చేరి అక్కడి నించి యొక్లహామా (జపాన్) దిశగా వెళ్లే ఆ ఓడని తప్పిపోయారు. ఆళ్ళనుకున్న దానికన్నా ఒక రోజు ఆలస్యంగా

చేరినందువల్ల తప్పిపోయారు. డిటెక్టివ్ ఫిక్స్ వీళ్ళు ఏచేస్తారా అని గమనిస్తూ వున్నాడు. ఎందుకంటె హాంగ్ కాంగ్ (బ్రిటిష్ వారి ఆక్రమణలో ఉన్న ఆఖరి దేశం. టెలిగ్రామ్ ఆధిపత్యంలో వచ్చిందా లేదా అని కనుక్కోవటానికిల వెళ్ళాడు. అక్కడ పోలీస్ వాళ్ళు ఏమీ చెప్పలేదు కాబట్టి, డిటెక్టివ్ ఫిక్స్, ఫిలియాస్ ఫాగ్ వాళ్ళని అరెస్ట్ చేయలేక పోయినందుకు చాలా ఆదుర్దా పడుతున్నాడు. కానీ అతను తప్పని సరిగా ఫిలియాస్ ఫాగ్ ని వెంబడించి వెళ్లాలని నిశ్చయించుకున్నాడు. ఫిలియాస్ ఫాగ్, జోన్ పాస్ పెర్త్ వీళ్లిద్దరు కూడా sea పోర్ట్ కి నెక్స్ట ఓడ ఎప్పుడు వెళుతుందని కనుక్కోవడానికి వెళ్లారు. వాళ్ళు వెళ్ళవలసిన గమ్యం యొక్లహెూమా. ఇది జపాన్లో ఉంది. ఎక్కవలసిన తప్పిపోయిన

ఓడని పట్టుకోవాలి. అక్కడ ఉన్న ఒక పడవ యజమానిని ఫిలియాస్ ఫాగ్, యొక్లహెూమా వెళ్లే ఓడ ఎప్పుడుంది, అని అడిగారు. దానికి సమాధానంగా ఆ ఓడ కెప్టెన్ రేపు ఉదయం బయలు దేరుతుందని చెప్పాడు. అదేమిటి ఈ రోజు ఉందయం బయలు దేరాలి కదా. అంటే నిజమేనండీ! అనుకోకుండా ఓడకి కొన్ని మరమ్మత్తులు చేయవలసి వచ్చింది. అందువలన ఆలస్యమవుతోంది. రేపు పొద్దున్న బయలు దేరుతుందని చెప్పాడు. అప్పటికే ఒకరోజు వెనకబడిపోయారు. మరి జోన్ పాస్ పెర్త్ కి మాత్రం ఎందుకో సంతోషం కలిగింది. ఆ కెప్టెన్ కి ధన్యవాదాలు చెప్పాడు. ఆ తర్వాత డిటెక్టివ్ ఫిక్స్ కూడా హెంగ్ కాంగ్ కి ఆ తేలేగ్రమ్ ఎప్పుడు వస్తుందా... ఎప్పుడు అరెస్ట్ చేయాలా అని ఎదురు చూస్తున్నాడు

. ఈ విధంగా వాళ్ళు హెలంగ్ కాంగ్ లోనే ఉండవలసి వచ్చింది.

మామూలుగానే ఫిలియాస్ ఫాగ్ తానూ బసచేసిన హెూటల్ కి వెళ్ళాడు. జోన్ పాస్ పెర్త్ మాత్రం అసలు ఈ ఓడ ఎప్పుడు కరెక్టుగా బయలుదేరుతుందో, మరమ్మత్తులు ఎంతవరకు వచ్చాయో అని మళ్ళీ ఒకసారి కనుక్కుందామని ఆ ఓడ కెప్టెన్ ని అడుగగా, రేపు పొద్దున్న దాకా ఆగవలసిన అవసరం లేదు. మరమ్మతులు చాలా తొందరగా జరుగుతున్నాయి. ఈ రోజు సాయంత్రం కల్లా ఓడ ప్రయాణానికి సిద్ధమవుతుందని చెప్పాడు. ఆ శుభవార్త విని జోన్ పాస్ పెర్త్ చాలా సంతోషించాడు. ఎలాగైనా ఈ విషయాన్ని తన యజమానికి తెలపాలని నిశ్చయించుకుని వెంటనే హెూటల్ వైపు

వెళ్ళాడు. యిదంతా గమనిస్తున్న డిటెక్టివ్ ఫిక్స్ చాలా నిరుత్సాహ పడ్డాడు. అయ్యో! టెలిగ్రామ్ ఇప్పటిదాకా అందలేదు. ఈ లోగా వీళ్ళు ఈ ఓడ పట్టుకుని యొక్లహోమా వెళ్తే నేను అరెస్ట్ చేయడం సాధ్యం కాదు కదా!

ఎలాగైనా ఆపాలని ఆలోచిస్తూ కూర్చున్నాడు డిటెక్టివ్ ఫిక్స్. అతనికి ఒక అద్భుతమైన ఆలోచన వచ్చింది. ఈ జోన్ పాస్ పెర్త్ ఎలాగో కొంచం అమాయకుడిలాగే కనిపిస్తున్నాడు. ఇతడిని కనుక ఈ రోజు నేను ఆపగల్గితే, అంటే ఫిలియాస్ ఫాగ్ కి ఈ ఓడ ఈ సాయంత్రమే బయలు దేరుతుందనే విషయం తెలియకుండా ఉండాలంటే, ఈ జోన్ పాస్ పెర్త్ ని ఎలాగైనా మాయమాటలతో మాయచేయాలని

అలోచించి, మెల్లిగా జోన్ పాస్ పెర్త్ తో నడుస్తూ మాటలు కలిపాడు. జోన్ పాస్ పెర్త్ డిటెక్టివ్ తో ఈ రోజు సాయంత్రమే ఈ ఓడ బయలు దేరుతుంది. ఈ విషయం మా యజమాని ఫిలియాస్ ఫాగ్ కి చెప్పాలి.లేకపోతే ఓడ ప్రయాణం పొద్దున్న కాబట్టి అప్పటికి సిద్ధమవ్వాలని అనుకుంటాడు. అని సంతోషంగా చెప్పాడు. ఆ మాట విని జోన్ పాస్ పెర్త్ తో డిటెక్టివ్, నేను చాలా రోజులైంది ఇంగ్లాండ్ వదిలి. ఒంటరిగా ఉన్నాను. నాకు ఏమీ తోచటం లేదు. పరిచయస్తులు కూడా ఎవరూ లేరు. ఫిలియాస్ ఫాగ్ ఉన్న హెూటల్ దగ్గర ఒక మంచి రెస్టారంట్ ఉంది. అక్కడ కొంచం డ్రింక్స్ తీసుకుందాం. దయచేసి కొంత సమయం నాతో గడపండి అంటే అభ్యర్ధనగా అడిగారు డిటెక్టివ్ ఫిక్స్. జోన్ పాస్ పెర్త్

కొద్దిగా తటపటాయించాడు. లేదండీ నేను మా యజమానికి ఈ విషయం తెలపాలి. ఫరవాలేదులే. ఎక్కువసేపు గడపక్కరలేదు. కొద్దిసేపు కూర్చుందాం అన్నాడు జోన్ పాస్ పెర్త్. ఈ లోగా డిటెక్టివ్ ఫిక్స్ ఆ బార్ యజమానితో జోన్ పాస్ పెర్త్ కి కొంచం ఘాటైన విస్కీ ని ఇవ్వవలసినదిగా పురమాయించాడు. ఇవేమీ తెలియని జోన్ పాస్ పెర్త్ డిటెక్టివ్ ఫిక్స్ తెప్పించిన ఘాటైన విస్కీ సేవించాడు. యిలాగే మాయమాటలు, కబుర్లు చెప్తూ చెప్తూ, జోన్ పాస్ పెర్త్ ని గ్లాస్ తర్వాత గ్లాస్ అలా ఖాళీ చేయిస్తూ వచ్చాడు. చివరికి పరిస్థితి ఎంతవరకు వచ్చిందంటే జోన్ పాస్ పెర్త్ ఒళ్ళు తెలియకుండా అలాగే ఆ టేబుల్ పైన సోలిపోయాడు.

డిటెక్టివ్ ఫిక్స్ మాత్రం సంతోషంగా హమ్మయ్య! ఫిలియాస్ ఫాగ్ కి ఓడ ఈ సాయంత్రమే బయలు దేరుతుందన్న విషయం తెలియదు. కాబట్టి యింకా మరికొన్ని గంటలు ఆయన ఇక్కడే ఉంటాడు. రేపు పొద్దున్న వరకల్లా నాకు తేలేలీగ్రామ్ వస్తే, నేను ఇతన్ని అరెస్ట్ చేయవచ్చు, అని విజయగర్వంతో అనుకుంటూ ఆ బార్ నించీ బయటికి వచ్చాడు డిటెక్టివ్ ఫిక్స్.

డిటెక్టివ్ ఫిక్స్ బయటికి వచ్చాక చాలా సంతోషంగా ఉన్నాడు. ఎప్పుడు టెలిగ్రామ్ వస్తుందా, ఫిలియాస్ ఫాగ్ ని ఎప్పుడు అరెస్ట్ చేస్తానా అని ఆలోచిస్తున్నాడు. పథకాలు వేస్తున్నాడు. ఇక్కడ ఫిలియాస్ ఫాగ్ తాను వెళ్లాల్సిన ఓడ కనాటికా ఆరోజు అంటే క్రితంరోజు సాయంత్రమే

వెళ్లిందన్న విషయం తెలియదు. కాబట్టి పొద్దున్నే జోన్ పాస్ పెర్త్ కోసం వెతికాడు. కానీ అతను కనిపించలేదు. ఫిలియాస్ ఫాగ్, ఔదా ఆశ్చర్యపడుతున్నారు. ఎక్కడికెళ్లాడా అని. ఈలోగా ఫిలియాస్ ఫాగ్ తన బాగ్ ని తానె చక్కగా, సర్దుకొని, హొటల్ బిల్ పే చేసి, సిపోర్ట్ (sea port) దగ్గరికి వెళ్ళగానే, ఆశ్చర్యకరమైన విషయం తెలిసింది. తానూ ఇవాళ పొద్దున్నే వెళ్ళవలసిన ఓడ కనాటికా నిన్న సాయంత్రమే మరమ్మతులు అయిన వెంటనే బయలు దేరి వెళ్లిందనీ, తెలిసింది. ఫిలియాస్ ఫాగ్ కించిత్తు ఆశ్చర్యపడ్డాడు. ఏమిటీ ఈ జోన్ పాస్ పెర్త్ కనిపించటం లేదు. ఎక్కడికి వెళ్ళాడు. ఏం చేస్తున్నాడు, అని ఆలోచిస్తున్నాడు. అక్కడ డిటెక్టివ్ ఫిక్స్ కూడా టెలిగ్రామ్ ఇంకా రాలేదు. అయినా ఈ ఫిలియాస్ ఫాగ్

ఏ చేస్తాడా అని, యొకంలోహెమా (జపాన్ కి) ఎలా వెళ్తాడా అని అనుకుంటూ అతన్ని అనుసరిస్తూ ఉన్నాడు. అయితే ఫిలియాస్ ఫాగ్ మాత్రం ఏమాత్రం తొట్రుపాటు లేకుండా, మోహంలో ఎటువంటి హావభావాలు లేకుండా, అక్కడే ఉన్న ఒక ఓడ యజమానిని చూసి అతనిని అడిగాడు. తాను ఎక్కవలసిన కనాటికే ఓడ నిన్ననే వెళ్ళిపోయింది. మరి నేను యొక్లహెమా కి వెళ్ళాలి, మరి నన్ను తీసుకెళ్తావా అని అడిగేసరికి ఆ ఓడ యజమాని ఒప్పుకున్నాడు. ఎందుకంటె ఫిలింస్ ఫాగ్ ఆ ఓడ యజమానికి కొంచం ధారళంగానే ముట్టజెపుతున్నాడు. ఇతన్ని అనుసరిస్తున్న డిటెక్టివ్ ఫిక్స్, ఫిలియాస్ ఫాగ్ పధకాలు ఎప్పటికప్పుడు గమనిస్తున్నాడు కాబట్టి అదే చూసి చాలా ఆశ్చర్యపడ్డాడు. ఏమిటీ మనిషి. నాకు

అంతు పట్టకుండా ఉన్నాడు. ఒక్కచోట కూడా ఆగకుండా యిలా చక చకా ప్రయాణాలు ఏర్పాటు చేసుకుని వెళ్ళిపోతున్నాడు. ఎలాగైనా సరే నేను కూడా ఇతనిని అనుసరిస్తూ, సమయం వచ్చినపుడు అరెస్ట్ చేయాలి అని అనికుంటూ ఉండగా, ఫిలియాస్ ఫాగ్, డిటెక్టివ్ ఫిక్స్ ని గుర్తుపట్టి, ఏమిటీ! మీరు చాలా ఆదుర్దాగా కనిపిస్తున్నారు? ఏమిటి సంగతి అంటే, అవునండీ నేను వెళ్ళవలసిన ఒక కనాటికా తప్పిపోయింది. యొక్లహెూమా వెళ్లాలని ఆలోచిస్తున్నాను అన్నాడు. ఫరవాలేదు. మీరుకూడా మాతోపాటు రండి, అని ఫిలియాస్ ఫాగ్, ఫిక్స్ నికూడా తనతో పాటుగా తీసుకెళ్లడానికి ఒప్పుకున్నాడు. ఇలా ఆ ముగ్గురూ, ఓడ ప్రయాణం చేస్తూ యొక్లహెూమా దిక్కుగా వెళ్తున్నారు.

ఇక్కడ జోన్ పాస్ పెర్త్ ఏం చేస్తున్నాడో చూద్దాం. జోన్ పాస్ ఎర్త్ కి ఆ బార్ లో కొన్ని గంటల తర్వాత మెలుకువ వచ్చింది. తలంతా దిమ్ముగా, నెప్పిగా ఉంది. ఏవిషయాలు కూడా గుర్తుకు రావటం లేదు. ఎక్కడున్నాడు. ఎలావచ్చాడు వంటివి అన్నీ మర్చిపోయాడు. బుర్ర అంతా గందరగోళం అయిపొయింది. కాసేపయియాక జోన్ పాస్ పెర్త్ కి మెల్లిమెల్లిగా జరిగిన సంగతులన్నీ జ్ఞ్యాపకం రాసాగాయి. అతని మనసులో షిప్ అన్న విషయం రాగానే అతను కొంచం గాబరా పడ్డాడు. అరెరే! నేను ఈ ఓడ కనాటికా సాయంత్రమే బయలు దేరుతుందని ఫిలియాస్ ఫాగ్ కి చెప్పాలనుకుంటూ బయటికి రాగానే, ఒక పెద్దమనిషి నన్ను పలకరించాడు.

మనిద్దరం సుయెజ్ లో కలుసుకున్నాం కదా. ఈజిప్ట్ Mr . ఫిక్స్ అంటారు అంటూ గుర్తుపట్టారా అని అడగడం, పాస్ పెర్ట్ అవునవును మనం కలిసాం అంటూ మీ పేరు.... అంటూ తడబడగా అవును నా పేరు Mr ఫిక్స్ అనిచెప్పాడు ఆ వ్యక్తి. ఇప్పుడు నేను మా యజమానికి వెళ్లి కనాటికా ఒడ ఈ రోజు రాత్రే బయలు దేరుతుందని చెప్పాలి.

అందుకే త్వరగా వెళ్ళాలి ంటే ఏమిటయ్యా మీ యజమాని ఎక్కడా ఆగకుండా ఎక్కడెక్కడికో అలా అలా వెళ్ళిపోతున్నాడు. హాలా విచిత్రమైన స్వభావం కూడా మీ యజమానికి? అన్నాడు. నేను తొందరగా వెళ్లాలనుండి. ఈ కనాటికి ఒడ కి మరమ్మత్తులు వేగంగా జరిగి ఇవాళ సాయంత్రానికే

సిద్ధమవుతోంది. ఈ సంగతి మా యజమానికి చెప్పాలి వెంటనే నేను వెళ్ళాలి అందం, వెంటనే ఆ వ్యక్తి అలాగా! ఎలాగైనా సాయంత్రం వరకు టైముంది కదా! నాకేమీ తోచటం లేదు. ఒంటరిగా ఉన్నాను. చాలా రోజులైంది నా దేశం వదిలి అని అంటూ, మీ హెూటల్ దగ్గర ఒక బార్ ఉంది. అక్కడ మనిద్దరం డ్రింక్స్ తీసుకుందాం రండి అని పిలవటం.

పాస్ పెర్త్ మొహమ్మాటంగా ఒప్పుకుని ఆ బార్ లోనికి వెళ్ళటగం, మితిమీరి తాగటం యివన్నీ మెల్లిగా పాస్ పెర్త్ కి జ్ఞ్యాపకం వచ్చాయి. హడావిడిగా లేచాడు. అయ్యో సమయం అయిపోతుంది. నేను వెళ్ళాలి అనుకుంటూ గబగబా ఫిలియాస్ ఫాగ్ బసచేసిన హెూటల్ కి చేరాడు. అక్కడ ఎవరూ లేరు. పరుగెత్తుకుంటూ సీపోర్ట్ కి

వెళ్ళాడు. అక్కడ ఓడ కానీ, ఫిలియాస్ ఫాగ్ కానీ, ఔదా కానీ ఎవరూ కనిపించలేదు. అయ్యో! ఏమైంది. ఇలా జరిగిందేమిటి అనుకున్నాడు. క్రితంరోజే మరమ్మతులు జరిగిన ఓడ వెళ్లైపోయింది. పాస్ పెర్త్ కి ఏం చేయాలో పాలుపోలేదు. ఈలోగా ఇంకో ఓడ యొకలోహెూమా కనిపించింది బయలు దేరబోతోంది. తనకి ముందే టిక్కెట్లు కొని ఉంచారు. కాబట్టి ఆ ఓడ ఎక్కి కూచున్నాడు పాస్ పెర్త్. హెంగ్ కాంగ్ నుంచి యొక్లహెూమా దిశగా వెళ్లే ఆ ఓడలో కూచుని తదుపరి ఏం చేయాలా అని ఆలోచిస్తున్నాడు. తన ఈ పరిస్థితికి దిగులుగా చాలా బాధపడుతూ అయ్యో! ఎంత పొరపాటు చేసాను. ఆ ఫిక్స్ మూలంగా నా యజమానికి సరైన సమయానికి సమాచారం అందివ్వలేక పోయాను. మరి ఈ ఓడ కానతికా లో

వారిద్దరూ ఫిలియాస్ ఫాగ్, ఔదా కనపడలేదు. ఏం చేయాలో తోచక ఒక్కడినే ఈ ఓడ ఎక్కేసాను. నా చేతిలో డబ్బులు కూడా లేవు అని పరిపరి విధాలా ఆలోచిస్తూ యొక్లహెూమా చేరాడు పాస్ పెర్త్. చేరనైతే చేరాడు కానీ చేతిలో డబ్బులు లేవు. తాను వేసుకున్న ఎడురోపెయన్ జాకెట్ వంటివి అమ్మేసి, అక్కడ చౌకరకమైన జపాన్ జాకెట్ ని కొన్నాడు. మిగిలిన డబ్బు చేతిలో పెట్టుకున్నాడు. కానీ ఆ డబుకూడా సరిపోదని తెలుసు. ఏం చేయాలా అని ఆలోచిస్తూ ఓడ దిగి ఊరు తురుగుతూ అటూ ఇటూ చూసాడు. అక్కడ కొన్ని పోస్టర్లు కనిపించాయి. Mr . Bettle Cock గారి అద్భుతమైన సర్కస్ చివరిరోజు ప్రదర్శన. ఈ ప్రదర్శన తర్వాత మేము అమెరికాకి వెళ్ళిపోతున్నాము. మాకు చాలా మంది సర్కస్ లో పనిచేయడానికి కావాలి.

అందులో కలౌన్స్ అంటే నవ్వించే వాళ్ళు, రకరకాల విన్యాసాలు చేసే వారు, సింహాలను ఆడించే వీసాలు అలా కావాలన్నారు. పాస్ పెర్త్ ఈ సర్కస్ వాళ్ళు అమెరికా వెళ్తున్నారు కదా! వీళ్ళ ట్రూపులో చేరి వీళ్ళతో పాటుగా అమెరికాకి వెళ్లి, అక్కడి నుంచీ లండన్ చేరుకోవాలి అనుకుని, ఆ సర్కస్ యజమాని దగ్గరకు వెళ్ళాడు. తన సంగతంతా వివరంగా చెప్పాడు. ఓహో! ఐటీజ్ నువ్వు ఫ్రెంచ్ వాడివా. అయితే నువ్వు నా సర్కస్ లో కలౌమ్ గా వుండాలన్నమాట. ఇంకా చిన్న చిన్న పనులు కూడా చేయాలి. ఉదాహరణకి పెద్దపులులని చూసుకోవటం వంటివి కూడా చేయాలి అని చెప్పాడు ఆ సర్కస్ యజమాని. నిజానికి పాస్ పెర్త్ కి ఈ సర్కస్ యజమాని ప్రతిపాదన ఏమాత్రమూ నచ్చలేదు. కానీ గాత్త్యంతరం

లేదు కాబట్టి అలాగే అని ఒప్పుకున్నాడు. పాస్ పెర్త్ చాలా బలిష్టంగా ఉంటాడు కాబట్టి ఆ రోజు సర్కస్ లో హ్యూమన్ పీరశ్మిడ్ లో బేస్ పిరమిడ్ గా నిలబడ్డాడు. అతని బలమైన భుజస్కీలందాల మీద మిగిలిన మనుషులు ఎక్కారు. అలా ఒకరి తర్వాత ఒకరు వారి స్థానాల నెంచుకుని, హ్యూమన్ పిరమిడ్ ఏర్పడింది. ప్రేక్షకులందరూ చూస్తున్నారు.

ఇక్కడ ఫిలియాస్ ఫాగ్ సంగతికొస్తే, వాళ్ళు యొక్లహెూమా చేరగానే, వెనకే వచ్చిన కనాటికా కూడా దగ్గరకెళ్ళి, అక్కడినుంచి ఎవరెవరు ప్రయాణీకులు వచ్చారా అని విచారించగా, హెంగ్ కాంగ్ నుంచి, యొక్లహెూమా కి పాస్ పెర్త్ కూడా వచ్చినట్లుగా తెలిసింది. అయితే ఫిలియాస్ ఫాగ్ ఆలోచిస్తూ పాస్ పెర్త్ దగ్గర

డబ్బులు ఏమీ లేవు కదా! ఇక్కడకు వచ్చి ఏ చేస్తున్నాడు అని అనుకున్నాడు. సరేనని ఔదాతో పాటుగా ఊరుచూడటానికి బయలు దేరాడు. గత్యంతరం లేక డిటెక్టివ్ ఫిక్స్ కూడా వాళ్ళ వెంటా ఉన్నాడు. యిప్పుడు ఫిక్స్ జపాన్ లో ఉన్నాడు కాబట్టి ఫిలియాస్ ఫాగ్ ని అరెస్ట్ చేసే అవకాశం లేదు. అలా తిరుగుతూ అక్కడ జరుగుతున్నా అద్భుతమైన సర్కస్ ప్రదర్శన పోస్టర్లు చూసాడు. సర్కస్ కి వెల్దాము అని ఔదాతో సహా ఆ సర్కస్ ప్రదర్శనకు వెళ్ళటం జరిగింది. అతని మనసులో ఏదో ఒక ప్రేరణ వుంది. ఈ సర్కస్ లో ఏమైనా దొరుకుతాడేమో పాస్ పెర్త్ అని మనసులో అనిపించింది. ప్రేక్షకుల్లో కూర్చున్నాడు. సర్కస్ చూస్తున్నాడు ఫిలియాస్ ఫాగ్.

హ్యూమన్ పిరమిడ్ లో కింద నిలుచున్న పాస్ పెర్త్ ప్రేక్షకుల్లో కూర్చున్న తన యజమాని ఫిలియాస్ ఫాగ్ ని చూడగానే ఒక్కసారిగా గావుకేక వేసాడు. ఒక్కసారిగా హ్యూమన్ పిరమిడ్ నుంచి బయటికి వచ్చేసరికి పాస్ పెర్త్ ని ఆధారంగా చేసుకుని అతని భుజాలపైన నిలబడిన వారందరూ ఒక్కసారిగా హాహాకారాలు చేస్తూ డాంమని కిందపడిపోయారు. ఇవేవీ గమనించకుండా పాస్ పెర్త్ ప్రేక్షకులలో కూర్చున్న తన యజమాని ఫిలియాస్ ఫాగ్ ని కలిసాడు. ఆ సర్కస్ యజమానికి క్షమాపణ చెప్పే ఆలోచన కూడా లేకుండా, అక్కడినుంచి అందరూ బయటపడ్డారు.

ఈ విధంగా ఎలాగైతేనేమి, విచిత్ర పరిస్థితులలో ఫిలియాస్ ఫాగ్, ఔద్ధాలను పాస్ పెర్త్ కలవటం జరిగింది. విధిలేని

పరిస్థితులలో డిటెక్టీస్ ఫిక్స్ కూడా వీరితో పాటుగా ప్రయాణం చేయటం తప్పలేదు. జరిగిందంతా ఫిలియాస్ ఫాగ్, పాస్ పెర్త్ వాళ్ళు మాట్లాడుకున్నారు. కానీ అందులో ఫిలియాస్ ఫాగ్, ఫిక్స్ గురించి చెప్పటం మర్చిపోయాడు. తానూ ఏవిధమైన పరిస్థితుల్లో యోకొహోమా చేరాడు, ఇక్కడకు చేరాక సర్కస్ లో చేరడం, హ్యూమన్ పిరమిడ్ లో తానూ పాల్గొనడానికి కారణం. ఒక వ్యక్తి జబ్బు పడేసరికి, ఆ స్థానంలో తనను తీసుకోవటం, ఆ సర్కస్ లో ఉన్నపుడు ప్రేక్షకులలో కూర్చున్న తమరికి నేను చూడటం, మీ దగ్గరకు ఒక్క ఉదుటున పరుగెత్తి రావటం వంటివి అలా జరిగాయి, అని చెప్పాడు పాస్ పెర్త్.

ఫిలియాస్ ఫాగ్, పాస్ పెర్త్ తో నేను ఆరు రోజుల తర్వాత యొకొహామా చేరాక,

తర్వాత కనాటిక ఓడలో నీ పేరు చూసి నువ్వు కూడా యొక్లహామా చేరినట్లుగా తెలిసింది. నువ్వున్న ఈ సర్కస్ కి అనుకోకుండా రావటం, నిన్ను చూడటం జరిగింది అనుకుంటూ మాట్లాడుకోసాగారు.

26 నవంబర్:- ఈ కనాటికా ఓడలో యొక్లహామా నుంచి పసిఫిక్ మహాసముద్రం మీదుగా శాన్ ఫ్రాన్సిస్కో ప్రయాణం చేయాలి. అందరూ బయలుదేరారు.

****

80 రోజుల్లో భూప్రదక్షణ

(Around the World in 80 days)

Chapter 4

ఈ విధంగా అనుకోకుండా విచిత్ర పరిస్థితులలో ఫిలియాస్ ఫాగ్, జోన్ పాస్ పెర్త్ వాళ్ళు మళ్ళీ ఆశ్చర్యంగా కలిశారు. కనాటికా ఓడలో వీళ్ళందరూ డేట్జ్క్టవ్ ఫిక్స్ తో సహా శాన్ ఫ్రాన్సిస్కో వెళ్ళడానికి వాళ్ళ ప్రయాణం మొదలైంది. ఈ కనాటికా అనే కూడా పసిఫిక్ మాహా సముద్రంలో ప్రయాణిస్తుంది. అద్భుతమైన సాహసాలు. ఈ విధంగా ప్రయాణిస్తున్నప్పుడు జోన్ పాస్ పెర్త్ అంతవరకూ కూడా డిటెక్టివ్ ఫిక్స్

గురించి ఆలోచించ లేదు. ఒకదాని తర్వాత ఒకటి సంఘటనలు గబగబా జరిగిపోయాయి. తన గొడవలో తానున్నాడు కాబట్టి ఈ ఫిక్స గురించి అంతగా పట్టించుకోలేదు. యిప్పుడు ఆలోచిస్తే, ఏమిటబ్బా! ఈ ఫిక్స్ అనేవాడు మేము ఎక్కడికెళ్తే అక్కడికి మాతో పాటుగా వస్తున్నాడు. అక్కడ సుయెజ్ దగ్గర కలిసాడు.. పరిచయం పెంచుకున్నాడు.యజమానిని గురించి వాకబు చేసాడు. మేము ఎక్కడికెళితే అక్కడ ప్రత్యక్షం అవుతున్నాడు. అసలు ఏమిటి ఉద్దేశ్యం.. ఇతనిని ఒక కంట కనిపెడుతూ ఉండాలి. ఈ డిటెక్టివ్ ఫిక్స్ గురించి యిలా అనేక రకాలుగా ఆలోచిస్తూ ఉన్నాడు. పాస్ పెర్త్ కి అర్థం కానీ ఆశ్చర్యకర విషయం ఏమిటంటే ఎందుకు ఈ ఫిక్స్ నన్ను ఫిలియాస్ ఫాగ్ గారి దగ్గరకు

వెళ్లకుండా ఆపి బార్ కి తీసుకెళ్లి విపరీతంగా తాగించి, ఫిలియాస్ ఫాగ్ కి సమాచారం అందకుండా ఎందుకు చేసాడు. మేమంటే ఒక పందెం కోసం కాబట్టి యిలా అన్నిదేశాలూ ప్రయాణం చేస్తున్నాము. మరి ఈ ఫిక్స్ గారికి మాతో పాటుగా రావటానికి ఏమవసరం? యిలా మాతోపాటు అన్ని దేశాలు తిరగటం ఏమిటి అని పరిపరి విధాలుగా ఆలోచిస్తూ ఉండగా, ఫిలియాస్ ఫాగ్ గారు గొంతు వినిపించింది. నేను, మేడం ఔదా కలిసి బయటికి వెళ్తున్నాము. రేపు పొద్దున్న 7.15 కి మళ్ళీ కలుద్దాం అని చెప్పేసి వెళ్ళిపోయాడు ఫిలియాస్ ఫాగ్.

ఫిలియాస్ ఫాగ్, మేడం ఔదా వీళ్ళిద్దరూ చాలా చనువుగా వుంటున్నారు. ఔయిదా ఎంతో అద్భుతమైన

సౌందర్యవంతురాలు. ఆవిడ ఫిలియాస్ ఫాగ్ పట్ల చాలా ఆరాధనగా ఉంది. స్నేహపూర్వకంగా ఉంది. కృతజ్ఞత పూర్వకంగా ఉంది. కానీ ఫిలియాస్ మాత్రం ఆవిడని ఏమాత్రం గమనించటం లేదు. అని పాస్ పెర్త్ మనసులో అనుకుంటూ వున్నాడు. కానీ అతనికి ఒకటే ఒక ధ్యేయం. ఎలాగైనా ఫిలియాస్ ఫాగ్ తన పందేన్ని తప్పకుండా గెలవాలని, తన మూలంగా ఆయన ప్రయాణానికి ఎటువంటి ఆటంకమూ కలగకూడదని, జాగ్రత్తగా వుండాలని ఆలోచిస్తూ వున్నాడు. మొత్తానికి వాళ్లిద్దరూ శాన్ ఫ్రాన్సిస్కో చేరటం జరిగింది. ఈ విధంగా వారు ఎక్కిన ఒక ఎటువంటి అవాంతరాలు లేకుండా, శాన్ ఫ్రాన్సిస్కో క్షేమంగా చేరింది.

ఇక్కడ ఫిలింస్ ఫాగ్ తన నోట్ బుక్ లో సోమవారం రెండు గంటలు ముందున్నాము. మంగళవారం మూడు గంటలు వెనక్కి వెళ్ళాము. బుధవారం శాన్ ఫ్రాన్సిస్కో కి అనుకున్న సమయం ప్రకారం చేరాము, అని రాసుకున్నాడు. అక్కడి నుంచి వారు న్యూయార్క్ వెళ్ళవలసి ఉంది. అదేరోజు సాయంత్రం 6 గంటలకి రైల్ లో శాన్ ఫ్రాన్సిస్కో నుంచి, న్యూయార్క్ కి తాను ప్రయాణాన్ని కొనసాగించారు. ఒకప్పుడు ఆరునెలలు పట్టేది. ఈ రైలు ప్రయాణానికి, కాకపోతే ఈ మధ్యనే యూనియన్ పసిఫిక్ రైల్వే వారి పుణ్యమాని ప్రయాణం కేవలం ఏడు రోజులలోనే వాళ్ళు శాన్ ఫ్రాన్సిస్కో నించి న్యూయార్క్ కి వెళ్లగలుగు తున్నారు. ఎక్కడ ఆరు నెలలు, ఎక్కడ ఏడు రోజుల ప్రయాణం అనుకుని ఆశ్చర్యపడ్డారు. ఈ

విధంగా వారి రైలు ప్రయాణము సాగుతోంది. ఫిలియాస్ ఫాగ్ గారు ఈ రైల్లో మోహమా అనే సెంట్రల్ స్టేషన్ చేరుకొని, అక్కడినించి న్యూయార్క్ కి చేరుకోవాలని ప్రణాళిక (పధకం) వేశారు.

ప్రయాణం చాలా సాఫీగా సాగుతోంది. అద్భుతమైన ప్రకృతి ఇరువైపులా కనిపిస్తోంది. పాస్ పెర్తో మాత్రం ఫిక్స్ ప్రక్కనే కూర్చున్నాడు కానీ డిటెక్టీస్ ఫిక్స్ అంటే ఉయిప్పుడు చాలా కోపంగా ఉన్నాడు. అతడు చాలా దుర్మార్గంగా కుట్ర పన్నిన విధానం తనకి నచ్చలేదు. అతని విధానం పై మంచివాడు కాదన్న ఒక అభిప్రాయం వచ్చింది కాబట్టి పాస్ పెర్తో బిగదీసుకుని కూర్చున్నాడు. ఒక గంట తర్వాత బ్రమ్మానందంగా మంచు కురవడం మొదలు పెట్టింది కానీ రైలు

మాత్రం ఎక్కడా ఆగలేదు. మర్నాడు 9 గంటలకి కూర్చున్న పాస్ పెర్ట్ కి ఎదురుగా ఉన్న కుర్చీ కి తన తల బలంగా కొట్టుకోవటంతో ఒక్కసారిగా ఉలిక్కిపడి లేచాడు. ఎందుకు రైలు ఆగిందా అని చూస్తే, ఎదురుగుండా కొన్ని వందల సంఖ్యలో అడవి దున్నలు వైల్డ్ (wild) buffallos రైలు పట్టాలని దాటుతూంటే ఈ అధునాతనమైన ఈ రైలు పట్టాలపై అడ్డంగా ఈ అడవి దున్నలు అడ్డం రావటం ఏమిటని గట్టిగా అరిచాడు. కానీ ఆ ఇంజిన్ డ్రైవర్ చాలా తాపీగా సమాధానం యిస్తూ, మనం ఏమీ చేయలేమండీ! ముందుకి వెల్లనిస్తే ఇంజిన్ దెబ్బతింటుంది. అందుకే అవి వెళ్లేంత వరకు ఆగటం తప్ప మనమేమీ చేయలేము, అన్నాడు. పాస్ పెర్ట్ కి కూడా

ఏం చేయాలో తెలియలేదు. సరిగా మూడు గంటల సమయం తీసుకున్నాయి.

అడవి దున్నలు ఆ రైల్వే ట్రాక్ దాటటానికి ఆ తర్వాత ఎటువంటి అవాంతరాలు లేకుండా ప్రయాణం కొనసాగింది. ఈ రైలు ప్రయాణంలో కనిపిస్తున్న అద్భుతమైన ప్రక్రుతి సౌందర్యాన్ని ఏమాత్రం గమనించ కుండా, మేడం ఔదాకి పేకాట ఎలా ఆడాలో చాలా శ్రద్ధగా నేర్పిస్తున్నాడు. ఆ అమ్మాయి కూడా చాలా తెలివి కలది కాబట్టి చురుగ్గా, త్వరగసా నేర్చుకుంటోంది. యిద్దరూ ఆ పేకాటలోనే మునిగి పోయారు. చుట్టూ పక్కల పరిసరాలపై వారిద్దరికీ ఎటువంటి ఆసక్తి లేకుండా, పూర్తిగా ఆటలో మునిగి పోయారు. పాస్ పెర్త్ ఆలోచనలు మాత్రం చాలా రకాలుగా వున్నాయి. ఎక్కువగా

ఎలాగైనా సరే తన యజమాని ఈ పోటీని గెలవాలని ఆలోచిస్తున్నాడు. అకస్మాత్తుగా పాస్ పెర్త్ నిద్రనుంచి లేచాడు. ఎందుకంటె ఆ రైల్ ఒక్క కుదుపుతో ఉన్నటుంది ఆగిపోయింది కాబట్టి. ఆ కుదుపుకి ఒక్కసారిగా మెలకువ వచ్చి లేవటం జరిగింది. ఏం జరిగిందా అని అతను ఆలోచిస్తూ ఉంటే ఆ పక్క స్టేషన్ లో ఉండే అతను Medicine Bow అన్నతను ఈ ఇంజిన్ డ్రైవర్తో ఇలా చెప్పాడు. ఇంకా ముందుకి మీరు వెళ్ళటం అంత మంచిది కాదు. ఇంకొంత దూరంలో ఉన్న బ్రిడ్జి చాలా పాతది. మీరు వెళ్లే రైలు బరువు ఆ బ్రిడ్జి తట్టుకోలేదు. దానికి మర్మత్తులూ అవీ చేయాలి. అది చాలా సమయం పడుతుంది. ఒహామా కి మేము టెలిగ్రామ్ లు కూడా ఇచ్చాము. సహాయం కోసం. కాబట్టి మీరు జాగ్రత్తగా వుండండి. అని

చెప్పటంతో పాస్ పెర్త్ తో పాటు మిగిలిన పాసెంజర్ కూడా ఈ విషయం విని హడలిపోయారు. ఇంత చలిలో, ఇంత మంచులో ఎలా ఉండాలి. అయితే మేము ఈ ప్రయాణాన్ని ముందుకి ఎలా సాగించాలి అని బెంబేలెత్తిపోయారు. గొడవ చేస్తున్నారు. ఈలోగా ఇంజిన్ డ్రైవర్ కి ఒక ఆలోచన వచ్చింది. ఈ రైలుని ఒక రెండు కిలోమీటర్లు వెన్నక్కి తీసుకెళ్లి చాలా వేగంగా ముందుకుః తీసుకెళ్తూ, ఆ బ్రిడ్జి ని మనం దాటవచ్చు. మనం దాటాక ఆ బ్రిడ్జి పడిపోయినా ఫరవాలేదు, అని ఆలోచించాడు. దానికి అతని అసిస్టెంట్ కూడా ఒప్పుకున్నాడు. ఈ మాటలు విన్న పాస్ పెర్త్ కి మతిపోయింది.

అలాకాదు మనందరం రైలు దిగి ఆ బ్రిడ్జి ఎలాగోలా దాటితే బరువు తక్కువగా

ఉంటుంది. కాబట్టి ఈ రైలు శుభంగా బ్రిడ్జి మీదనించి వచ్చినా ప్రమాదం ఉండదు. కానీ ఆ అసిస్టెంట్ మాత్రం లేదు లేదు ఆ ఇంజిన్ డ్రైవర్ చెప్పిన సలహాని బాగుంది. చాలా వేగంతో కానక మనం వేళ్ళ గలిగితే చాలా సులభంగా మనం బ్రిడ్జి ని దాటగలం. ఆ తర్వాత ఆ బ్రిడ్జి కూలిపోయినా మనకి సమస్య లేదు కదా! కాబట్టి ఇంజిన్ డ్రైవర్ చెప్పిన ప్రకారం ఈ సలహా చాలా బాగుందని అన్నాడు. ఈ మాటలకి పాస్ పెర్త్ కి మతిపోయింది. ఏం చేయాలో అర్థం కాలేదు. మిగతా ప్రయాణీకులందరూ కూడా ఈ పథకం చాలా బాగుంది. ఇంజిన్ డ్రైవర్ చెప్పిన సలహా బాగుందని అందరూ కూడా ఒప్పేసుకున్నారు.

రైలు ఎప్పుడైతే వేగంగా ప్రయాణం చేస్తుందో అపుడు దాని బరువు తగ్గిపోతుంది. మెల్లిగా ప్రయాణం చేసినప్పుడు బరువుగా ఉంటుంది. కాబట్టి, బ్రిడ్జి కూలిపోయే అవకాశం ఉంటుంది అన్న సిద్ధాంతం రాకారం ఆ ఇంజిన్ డ్రైవర్ చాలా హుషారుగా, ఆ హారం గట్టిగా నొక్కి ఒక రెండు కిలోమీటర్లు ఆ ఇంజిన్ నివెనక వైపుకి నడిపించాడు. ఎంత వేగంగా సాధ్యమైతే అంత వేగంగా రైలు ని ముందుకి నడిపించాడు. పాస్ పెర్త్ గుండె చాలా వేగంగా కొట్టుకో సాగింది. వేగంగా ఆ రైలు బ్రిడ్జి మీద ప్రయాణించి, బ్రిడ్జి దాటగానే వెనక్కి చూస్తే ఆ బ్రిడ్జి పెద్ద శబ్దంతో ఒక్కసారిగా కూలిపోయి, కిందవున్న అగాధంలో పడిపోయింది. అందరూ ఊపిరి పీల్చుకున్నారు.

****

80 రోజుల్లో భూప్రదక్షణ
(Around the World in 80 days)

Chapter 5

అయిదవ అధ్యాయంలో, ఏ విధంగా ఘోరమైన ప్రమాదం నుండి, తప్పించుకుని, ఊపిరి పీల్చుకున్నారో తెలుసుకున్నాము. ఆ రైలు మొత్తం, శిధిలమైన ఆ వంతెన మీదుగా అతివేగంగా ప్రయాణించి, చివరి బోగీ సురక్షితంగా ఆ వంతెనని దాటాక ప్రయాణీకులందరూ చూస్తుండగానే భయంకరమైన శబ్దంతో కిందవున్న అగాధంలో ఆ వంతెన పడిపోయింది. ఈ విధంగా, జోన్ పాస్ పెర్త్ మొత్తానికి ఎలాగైతేనం, అందరమూ ప్రమాదం నుంచి బయట పడ్డం కదా అని ఆలోచిస్తున్నాడు. ఆ తర్వాతి ప్రయాణం సుఖవంతంగా సాగింది. అటూ ఇటూ అద్భుతమైన దృశ్యాలు కనిఇస్తున్నాయి. కొలరాడో **parwthaalu** చాలా అందంగా ఉన్నాయి. రమణీయంగా వున్నాయి. కానీ జోన్స్ పాస్ పెర్త్ మాత్రం తన యజమానికి

పోటీ గురించే ఆలోచిస్తున్నాడు. తాను డిటెక్టివ్ ఫిక్స్ ప్రకికన కూర్చున్నా కూడా అతనితో మాట్లాడాటానికి మనసు ఇష్టపడటం లేదు. ఈ విధంగా ప్రయాణం సాగుతోంది. ఫిలియాస్ ఫాగ్ చాలా నిశ్చింతగా ఏమీ పట్టనట్లుగా మదం ఔదా తో హాయిగా పేకాట ఆడుకుంటున్నాడు. డిటెక్టివ్ ఫిస్క్ చిన్న పిల్లవాడిలా కంపార్టుమెంటులో
ఉయ్యాలలూగుతుంటే, అతడి తల కూడా కిందకీ పైనే కదులుతోంది. అయితే పాస్ పెర్త్ మాత్రం ఇంకా ఆలోచిస్తున్నాడు. ఇంకా ఎటువంటి అవాంతరాలు వస్తాయో, అని మనసులో ఎందుకో అనుకుంటూ వున్నాడు. మూడు రోజులై, మూడు రాత్రులు ప్రయాణం తర్వాత ఆరు దాదాపు **2200** కిలోమీటర్లు పైన ప్రయాణం చేశారు వాళ్ళు. మిగిలిన ప్రయాణీకులు కూడా

దాదాపు ఈ ప్రయాణానికి అలవాటు పడిపోయారు. సరిగ్గా పాస్ పెర్త్ ఊహించినట్టుగా కొద్దిరోజుల్లోనే, ఆ రైలు కి రెండు వైపులనుంచీ పెద్ద పెట్టున నినాదాలతోనూ ఇండియన్స్ అల్లు బాణాలతోను, బల్లలతోను, గుర్రాలమీద, వేగంగా వస్తూ ముందుకు రాసాగారు. జరిగిన ఈ హఠాత్పరిమాణానికి ఈ కూర్చున్న ప్రయాణీకులందరూ ఉలిక్కిపడ్డారు. అందులోని కొందరు ధైర్యస్తులు తమ పిస్టళ్లను తీసి ఆన్యూ ఇండియన్స్ మీద కాల్చటం మొదలు పెట్టారు. ఈ ఇధంగా అనేకమంది, పీఓ ఇండియన్స్ పట్టాల వెంబడి రెండువైపులా, గట్టిగా అరుస్తూ బాణాలు వదులుతూ వున్నారు. గుర్రాలు కూడా చాలా వేగంగా కదులుతున్నాయి. చివరికి వారు ఆ ఇంజిన్ లోనికి ఎక్కటం, ఆ ఇంజిన్ డ్రైవర్లని ఆరు గట్టిగా తాళ్లతో

కట్టేసి, ఆ రైలు నుండి బయటికి తోసివేసారు. ఈ దెబ్బకి మెల్లిమెల్లిగా అందరూ కొంత తేరుకున్నారు. అయితే ఆ దగ్గరలోనే ఫోర్ట్ కానీ అనే ప్రాంతంలో ఈ మిలిటరీ సైనికులు ఉన్నారు. వాళ్లంతా కూడా ఈ రైలు చప్పుడు, దానిలోంచి పిస్తోళ్ళ చప్పుడు, సియో ఇండియన్స్ చేస్తున్న నినాదాలు అరుపులూ కేకలూ విని, ఏమిటాని వారు బయటికి వచ్చి, ఈ సియో ఇండియన్స్ మీద మారుకూడా తూటాలా వర్షం కురిపించారు. ఈలోగా ఈ సియో ఇండియన్స్ లో కొంతమంది, దాంలోవున్న ఒక నాయకుడు, చూడుయ్ ఈ రైల్ లో ఒకతను మనల్ని చాలా యిబ్బంది పెడుతున్నాడు. అతన్ని పట్టుకుని పారిపోదాం పదండి అని చూసి, ధైర్యస్తులైన యిద్దరు ప్రయాణీకులను వారు పట్టుకున్నారు. వాళ్ళని

రక్షించడానికి వెళ్లిన పాస్ పెర్త్ ని కూడా గట్టిగా పట్టుకుని, కిందకి దింపి, ఆ ముగ్గురినీ వాళ్ళ గుర్రాలమీద ఎక్కించుకుని, అడవుల్లోకి పారిపోయారు. ఎందుకంటె ఈ మిలిటరీ వాళ్ళుకూడా గుర్రాల మీద రావటంతో సియో ఇండియన్స్ పారిపోయారు.

ఈ పరిణామానికి మేడం ఔదా చాలా విచారపడింది. అయ్యో! పాస్ పెర్త్ సహాయం చేయబోయి, తాను ఇరుక్కున్నాడే... ఎలా? అని ఎంతో బాధపడుతూ ఉంది. ఎందుకంటె మేడం ఔదా కి పాస్ పెర్త్ పట్ల ఎంతో మంచి అభిప్రాయం ఉంది. ఎందుకంటె ఎప్పుడైతే సియో ఇండియన్స్, ఇంజిన్ డ్రైవర్లను బయటికి విసిరివేసారో మరి ఆ రైలు ని ఆపాలి మరి ఎలా ఆపాలి.

అందరూ తలపట్టుకున్నారు. డ్రైవర్లు లేకుండానే ఆ ట్రైను ప్రయాణం చేస్తున్నప్పుడు, పాస్ పెర్త్ కి ఒక ఆలోచన వచ్చింది. అతను చాలా బలిష్టంగా ఉంటాడు కాబట్టి, తన కంపార్ట్మెంట్ తలుపు తెరిచి, చాలా ధైర్యంగా, ఆ కారేజీ కిందికి వెళ్లి, భ్రాంతుడు కాబట్టి, మెల్లి మెల్లిగా, ఇంజిన్ దిశగా పాక్కుంటూ వెళ్లి, సరిగా ఇంజిన్ దగ్గర బోగీ కి వచ్చి, ఇంజిన్ కీ, బోగీలకీ వున్నా లింకు ని తన బలిష్టమైన చేతులతో విడదీసాడు. ఇతడు చేసిన అద్భుతమైన సాహసం వాళ్ళ, మెల్లిగా ఆ భోగీలన్నీ ఆగిపోయాయి. అందుకని, మిగతా ప్రయాణీకులూ, మేడం ఔదా కూడా, పాస్ పెర్త్ తన ప్రాణానికి తెగించి ఇంతమందిని కాపాడాడు. ఆఖరికి ఈ సు ఇండియన్స్ పట్టుకెళ్ళిపోయారే అని బాధపడే సాగారు. అప్పుడు ఫిలియాస్ ఫాగ్

వచ్చి, ఏం ఫరవాలేదు. నేను వాళ్ళని తీసుకువస్తాను. పాస్ పెర్త్, బతికున్నా, చనిపోయినా సరే తీసుకు వస్తాను. అని ధైర్యంగా చెప్పాడు. అతడిని చూసి ఇతడే నాకు తగిన కథానాయకుడు. ఇతనికి భయం కూడా లేదు. అని మేడం ఔదా మనసులో ఫిలియాస్ ఫాగ్ గురించి అనుకుంటూ ఆనందపడింది. కృతజ్ఞతా భావంతో పొంగిపోయింది.

అయితే ఫిలియాస్ ఫాగ్ తనతో పాటు కొంతమంది సైనికులు తోడుగా వస్తే, వాళ్ళని రక్షించి వెనక్కి తీసుకురాగలము అన్నాడు. దానికి సైనికులు సిద్ధపడ్డారు. ముప్పైమంది సైనికులు, ఫిలియాస్ ఫాగ్ సూ ఇండియన్స్ తీసుకెళ్ళిన పాస్ పెర్త్, ప్రయాణీకులనూ తీసుకు రావడానికి అందరూ కలిసి అడవుల్లోకి వెళ్లారు.

ఆరోజు సాయంత్రం అయిపోయినా ఇంకా ఫిలియాస్ ఫాగ్ వాళ్ళు వెనక్కి రాలేదు. మేడం ఔదా, డిటెక్టివ్ ఫిక్స్ అక్కడే స్టేషన్లో ఉన్నారు. వారు ఆ రాత్రంతా చలికి గజగజా వణుకుతూ కూచున్నారు. మేడం ఔదా ఫిలియాస్ ఫాగ్, పాస్ పెర్త్ ల గురించి ఆలోచిస్తోంది. సరిగ్గా సూర్యోదయం అయ్యేసరికి, అక్కడ అరుపులూ, కేకలూ వినిపించే సరికి, ఏం జరిగిందా అని చూసేసరికి ఫిలియాస్ ఫాగ్ అందరికన్నా ముందున్నాడు. సైనికులు వెనక పాస్ పెర్త్, మిగిలిన యిద్దరు ప్రయాణీకులు. వెనక్కి క్షేమంగా రావటం, సంతోషంతో హర్షద్వానాలతో మారుమోగిపోయింది. మేడం ఔదా చాలా సంతోషించింది. వీరందరూ వెనక్కి క్షేమంగా రావటం చూసి గట్టిగా ఆనందంతో అరిచింది.

హ్యాంమయ్య క్షేమంగా వెనక్కి వచ్చేసారు అని. అందరూ వీరు వెనక్కి రావఖ్ఖం చూసి ఊపిరి పీల్చుకున్నారు.

ఇప్పుడు తాము ముందుకి ప్రయాణం ఎలా కొనసాగించాలా అని ఆలోచనలో ఉన్నారు. డిటెక్టివ్ ఫిక్స్ బయటికి వెళ్ళాడు. ఎవరితోనో మాట్లాడాడు. అతనిని తీసుకుని వెనక్కి వచ్చాడు. అతని విధంగా చెప్పాడు. ఇతను స్లెడ్జి ని నడుపుతాడు. విపరీతమైన మంచు కురిసి, ప్రయాణం ఆగిపోయినపుడు తన స్లెడ్జి మీద ప్రయాణీకులని, ఆ తర్వాతి స్టేషన్ కి తరలిస్తూ ఉంటాడు, అని పరిచయం చేసాడు.

వీళ్ళు అంటే ఫిలియాస్ ఫాగ్ వాళ్ళు వయా చిక్కుకగో, న్యూయార్క్ కిలో వెళ్లాలని

ఆలోచన అన్నమాట. సరేనని అంతనితో బేరం కుదుర్చుకుని, ఈ ప్రయాణీకులంతా ఎక్కారు., చాలా మందే ఎక్కారు. అది చాలా వేగంగా ప్రయాణిస్తుంది. కానీ చాలా చల్లగా వుంది. వెచ్చని దుస్తులు కప్పుకున్నప్పటికీ కూడా, ప్రయాణీకులందరూ ఒకరితో ఒకరు మాటలు లేకుండా, బిగుసుకుపోయి వున్నారు.

మొత్తానికి వారు అనుకున్న స్టేషన్ కి చేరుకున్నారు. చాలా పెద్ద మొత్తంలో స్లెడ్జి నడిపే యజమానికి ధనాన్ని ముట్టజెప్పాడు. డేట్క్టేవ్ ఫిక్స్ కి మాత్రం ఈ ఫిలియాస్ ఫాగ్ మనస్తత్వం ఏమీ అర్ధం కావటం లేదు. ఎందుకంటె ఫోర్ట్ కీనీ స్టేషన్ లో ఫిలియాస్ ఫాగ్ ఆ స్టేషన్ మాస్టారుతో న్యూయార్క్ వెళ్ళటానికి రైలు

ఎప్పుడుందని అడిగితే అదేరోజు సాయంతరం ఉందని చెప్పాడు. ఫిక్స్ సాయంతరం రైలు కె బయలు దేరుతారని అనుకున్నాడు. కానీ, ఫిలియాస్ ఫాగ్ మాత్రం తన ప్రయత్నాల్ని మానుకోలేదు. అప్పటికే ప్రయాణంలో **24** గంటలు వెనక్కి వున్నారు. దానికి తానే బాధ్యుణ్ణి కదా అని పాస్ పెర్త్ లోలోపల ఎంతో బాధపడుతున్నాడు.

అటువంటి సమయంలోనే ఈ స్లెడ్జి మీద ప్రయాణం చేయాలని నిర్ణయించుకున్నారు. తప్పని సరిగా ఫిక్స్ వాళ్ళతో పాటుగా ప్రయాణించి, వీళ్ళు ఎప్పుడైతే ఇంగ్లాండ్ లో అడుగు పెడ్తారో అప్పుడు అరెస్ట్ చేసేస్తాను, అని మనసులో అనుకుంటూ వున్నాడు. వీళ్ళు స్టేషన్ చేరుకోగానే చిక్కుకగో వెళ్ళడానికి రైలు

సిగ్గగా వుంది. అక్కడి నుంచి వెంటనే న్యూయార్క్ వెళ్ళటానికి కూడా రైలు సిద్ధంగా ఉండటం సంభవించింది. ఆ విధంగా న్యూయార్క్ కూడా చేరుకోవటం వీలైంది. ఈ విధంగా వాళ్లకి అవాంతరాలు వచ్చినా కూడా ఫిలియాస్ ఫాగ్ ముందుచూపు, నాయకత్వ లక్షణాల వాళ్ళ ఒహామా అనే స్టేషన్ నుంచి చిక్కుకగో, అక్కడి నించి, న్యూయార్క్ కి 11 గంటలకి 11 డిసెంబర్ న చేరారు. అక్కడినించి చైనా అనే కూడా ఎక్కి లివర్పూల్ కి వెళ్లాలన్నమాట. కానీ వీళ్ళు ఆ కూడా ఎక్కాలని, ఓడరేవుకి 45 నిముషాలు ఆలస్యంగా వెళ్లారు. దాంతో ఆ చైనా అనే కూడా అక్కడి నుంచి వెళ్ళిపోయింది. మళ్ళీ అక్కడినించి, ఒక పెద్ద అవాంతరాన్ని ఎదుర్కోవలసి వచ్చింది. పాస్ పెర్త్ చాలా గాబరా పడసాగాడు.

ప్రయాణం చివరగా చాలా దగ్గరికి వెచ్చేసాము అక్కడినించి వాళ్ళు లివర్ పూల్ కి వెళ్ళాలి. అక్కడి నుంచి ఎక్కువ సమయం పట్టదు లండన్ చేరుకోవటగానికి. అయ్యో! ఈ అవాంతరం వచ్చిందేమిటి, అనుకున్నాడు. ఫిలియాస్ ఫాగ్ మాత్రం చాలా ధైర్యంగా, గంభీరంగా ఉన్నాడు. అతడు అక్కడే వున్నా ఒక కూడా యజమాని దగ్గరకు వెళ్ళటం జరిగింది. ఫిలియాస్ ఫాగ్ అతనిని మీరు లివర్పూల్ కి తీసుకెళ్తారా అని అడిగితే వారిలో ఎవరూ కూడా కుదరదు అని చెప్పారు. ఎవరూ ఒప్పుకోలేదు. ఆఖరికి ఫిలియాస్ ఫాగ్ సామాన్లను మోసుకెళ్లే ఓడ అంటే కార్గోషిప్ దగ్గరికెళ్లి అతనితో బేరమాడాడు. కెప్టెన్ ఆ కూడా పారిస్ కి వెళ్లాలని, **20** డిసెంబర్ కల్లా ఈ సరుకులన్నిటినీ అక్కడి వారికి

అందజేయాలని, కాబట్టి తానూ రావటం కష్టం, వారిని తీసుకెళ్లలేనని, నిర్మొహమాటంగా చెప్పాడు. అప్పుడు ఫిలియాస్ ఫాగ్ మీతో పాటు మేము వస్తాము. నువ్వు ఎక్కడికెళ్తే అక్కడికి వస్తాము. అంటే నీ ప్రయాణం పారిస్ కి కదా, అక్కడికి వస్తాము. మేము నలుగురం వున్నాము. ఒక్కొక్కరికీ నీకు రెండు వేళా డాలర్ చొప్పున ముట్టజెప్తాను. మమ్మల్ని తీసుకెళ్తావా అని అడిగాడు. ఆ కెప్టెన్ చాలా ఆశ్చర్య పడ్డాడు. ఏమిటీ ఇంత డబ్బిస్తానంటున్నాడు ఇతను. కెప్టెన్ సరే అలాగే తీసుకెళ్తానని చెప్పటం, ఆ మాటలు వింటున్న ఫిక్స్ కి మతిపోవటం జరిగింది. అదేమిటి, ఈ కార్గోషిప్ లో పారిస్ కి వెళ్ళటం ఏమిటి? ఎక్కడికో, ఎవరికీ తెలియని ప్రదేశానికి వెళ్లి పారిపోవాలని అనుకుంటున్నాడేమో.... నాకు వేరే

గత్యంతరం లేదు. నేను ఇతని చుట్టూ తిరిగినా అతనివెంటే వెళ్ళి, ఏదో ఒకరోజు తప్పకుండా అరెస్ట్ చేయాల్సి వస్తుంది కదా అనుకున్నాడు.

సరే! అందరూ ఆ కార్గోషిప్ ఎక్కారు. ఈ లోగా ఫిలియాస్ ఫాగ్ ఏం చేస్తాడా అని ఫిక్స్, పాస్ పెర్త్ అందరూ కూడా ఆలోచిస్తూ వున్నారు. ఎప్పటి మాదిరిగానే ఫిలియాస్ ఫాగ్ తన భావాలని బయటికి కానీ, ఎవరికైనా గానీ చెప్పలేదు. ఆ కార్గోషిప్ ని నడుపుతున్న ఆ ఓడలోని నావికులందరి దగ్గరికీ వెళ్ళి ఆ నాయకుడి తో మీరు మమ్మల్ని లివర్ పూల్ కి తీసుకు వెళ్తే, మీకు బాదెంత డబ్బిస్తానని, ఎంతో డబ్బుని ఆశగా చూపించాడు.. ఆ ఓడని నడుపుతున్న నావికులందరూ చాలా ఆశ్చర్యపడ్డారు. ఇతనేమిటి ఇంత డబ్బు

ఆశజూపుతున్నాడు, అని వాళ్లలో వాళ్ళు మాట్లాడుకుని వాళ్ళందరూ ఒక్కమాటగా మిమ్మల్ని తప్పకుండా లివర్ పూల్ తీసుకెళ్తామని చెప్పారు. నావికులందరూ ఆ కెప్టెన్ దగ్గర కెళ్ళి మూకుమ్మడిగా పట్టుకుని కాళ్ళు చేతులూ కట్టేసి తీసుకెళ్లి గదిలో పడేసి తాళం వేశారు. అతను లోపలల్నుంచి అరుపులు, కేకలు పెడుతున్నా కూడా, ఎవరూ పట్టించుకోలేదు. పారిస్ కి బదులుగా ఈ కూడా లివర్ పూల్ వైపుగా ప్రయాణ సాగించింది. నిజంగా ఈ డిటెక్టివ్ ఫిక్స్ కి మతిపోయింది. పాస్ పెర్త్ కి తన యజమాని పట్ల ఎంతో గౌరవం పెరిగింది. ఫిలియాస్ ఫాగ్ గురించి అలా ఆలోచిస్తూ వున్నాడు.

****

80 రోజుల్లో భూప్రదక్షిణ
(Around the World in 80 days)

Chapter 6

ఈ విధంగా ఫిలియాస్ ఫాగ్ తన ప్రయాణంలో ఎన్ని అవాంతరాలు వచ్చినా అతను తన నాయకత్వ లక్షణాలు చూపుతూ అధైర్య పడకుండా తగినట్టుగా ప్రణాళికలు రచిస్తూ వున్నాడు.

కెప్టెన్ గా మరీనా ఫిలియాస్ ఫాగ్ లోగడ మనం చెప్పుకున్నట్లుగా 45 నిముషాలు ఆలస్యంగా వెళ్లినందుకు "చైనా"అనే కూడా వీళ్ళు లివర్ పూల్ కి వెళ్ళవలసినది మిస్ అయిపోయారు.

అయితే ఫిలియాస్ ఫిలియాస్ ఫాగ్ మాత్రం తన ప్రయత్నాలని తాను చేస్తూ ఆఖరికి పారిస్ కి వెళ్లే కార్గో షిప్ ని ఎలాగో ఎక్కి, ప్రయాణికుడికి 2000 పౌండ్స్ చొప్పున నలుగురికీ పే చేయటం, ఆ కూడా పేరు H S (Hispilania) ఫిలానియా. ఆ కూడా ఎక్కాక ఆ నావికులతో ఒక ఒప్పందం చేసుకున్నారు. ఈ నలుగురు ప్రోరాయాణీకులనీ లివర్ పూల్ చేర్చేలా ఒప్పుకోవటగం, ఆ నావికులందరూ కలిసి, ఓడ నడిపే కెప్టెన్ ని బంధించి, గదిలో పెట్టి తాళం వేయటం తెలుసుకున్నాం.

ఈ విధంగా ఆగమేఘాలమీద ఆ కార్గో ఓడ హైస్పీలని (Hispilania), లివర్ పూల్ దిశగా ప్రయాణించింది. అందరూ ఆశ్చర్య పడేలా ఫిలియాస్ ఫాగ్ ఆ ఓడకి కెప్టెన్ గా బాధ్యత వవహించాడు. పడవ నడిపే నావికులు కూడా ఫిలియాస్ ని చూసి చాలా ఆశ్చర్య పడ్డారు.

డిటెక్టివ్ ఫిక్స్ మాత్రం ఇలా అనుకున్నాడు మనసులో. ఇతడు మామూలు దొంగ కాదు. సముద్రపు దొంగ అయివుంటాడు. ఇతడేమిటి కార్గో షిప్ లో వెళ్ళాడు. పైగా పారిస్ వెళ్లాల్సిన ఓడలో బోల్డంత డబ్బు చెల్లించి, లివర్ పూల్ దిశగా తానే కేప్టెన్ గా వ్యవహరిస్తున్నాడు అనుకుంటూ ఆశ్చర్య పోతున్నాడు. లివర్ పూల్ కెళ్ళి అక్కడినుంచి ఇంగ్లాండ్ కి వెళ్తున్నాడు. అదేమిటో నాకేమీ అర్ధం కావటంలేదు.

మళ్ళీ ఇంగ్లాండ్ కి వెళ్తున్నాడేమిటి? నాకేమీటీ. అర్ధం కావటం లేదు, ని బుర్రబద్ధలు కొట్టుకుంటున్నాడు. ఆలోచిస్తూ కూర్చున్నాడు. ఆరోజు డిసెంబర్ 10 వ తేదీ. వీళ్ళు న్యూయార్క్ ఓడరేవు దగ్గర దిగి లివర్ పూల్ కి వెళ్లాలనుకున్నపుడు అది డిసెంబర్ 20 వరకు ఏ కూడా బయలు దేరాడన్నపుడు, మరి పందెం ఓడిపోతాడు కదా! 21 వ తేదీ కల్లా రిఫార్మ్స క్లబ్ లోకి సాయంత్రం 5 PM కల్లా వెళ్ళాలి కదా! అందుకే ఫిలియాస్ ఫాగ్ గారు ఈ సాహసోపేతమైన నిర్ణయాన్ని తీసుకోక తప్పలేదు. సరిగ్గా డిసెంబర్ 14 న ఫిలియాస్ ఫాగ్ ఓడ కి కెప్టెన్ గా వ్యవహరించి, అతి చాకచక్యంగా ఆ ఓడని లివర్ పూల్; వైపుగా అట్లాటిక్ మహా సముద్రం ద్వారా ప్రయాణించేలా ప్రయత్నాలు చేస్తున్నారు. వాతావరణం

ఏమాత్రం సహకరించట్లేదు. ఓడ చాలా వేగంగా వెళ్తోంది. పాస్ పెర్త్ ఏదో మాట్లాడటానికి ప్రయత్నించాడు. ఫిలియాస్ ఫాగ్ చాలా గంభీరంగా వున్నాడు. వాతావార్వణం ప్రతికూలంగా వుంది కాబట్టి అతను తన మనసునంతా ప్రయాణం దిశగా కేంద్రీకరించి ఓడను నడుపుతున్నాడు. ఈలోగా ఆ నావికుల్లో ఒకడు వచ్చి "ఏమండీ"! ఇంత వేగంగా ఓడను నడుపుతున్నాము. మనకు బొగ్గు నిల్వలన్నీ చాలా తగ్గిపోయాయి. ఇంత వేగంగా ప్రయాణం చేస్తే మన ఓడలో ఏమాత్రం బొగ్గు మిగలదు. ప్రయాణం మధ్యలో నిలప వలసి వస్తుంది. ప్రయాణం లివర్ పూల్ దాకా వెళ్ళటం కష్టం అని చెప్పాడు. అందరూ ఆశ్చర్యపోయారు., ఇప్పుడెలా! ఎలా వెళ్ళటం అబ్బా! అని అందరూ అనుకుంటూ ఉండగా,

ఫిలియాస్ ఫాగ్ మాత్రం చాలా గంభీరంగా, ఎటువంటి పరిస్థితిలోనూ ఈ వేగం తగ్గించటానికి వీలులేదు.

మీరు ఒకపని చేయండి. ఈ ఓడమీద చెక్కతో చేసిన స్తంబాలు, కుర్చీలు వంటి వాటిని విరక్కొట్టండి. వాటిని మనం కలప లాగా వాడుకుందాం. కానీ ఎట్టి పరిస్థితులలోనూ ఈ వేగాన్ని తగ్గించటానికి వీలులేదు, అని దృడంగా చెప్పాడు. ఎందుకంటె ఆ ప్రయాణానికి చాలా గబ్బు అతను ఇస్తున్నాడు కాబట్టి ఆ నావికులందరూ కూడా, ఆ ఓడలో చెక్కతో చేసిన వస్తువుల నన్నింటినీ వేరగకొట్టి, కల లాగా, వాడుకుంటున్నారు. కానీ అట్లాంటిక్ మహాసముద్రంలో చాలా దూరం వరకు వచ్చేసారు. కాసేపట్లో ఒక నావికుడు వచ్చి, అయ్యా, ఏర్పాటు చేసిన కల్పాంతా

అయిపోయింది. ఇంకా తగల బెట్టడానికి ఏమీ లేదు. దగ్గరలో ఉన్న ద్వీపం దగ్గర ఆ పడవని ఆపారు. ఫిలియాస్ ఫాగ్ ఎంతో ధైర్యంగా ఆ ఓడని దిగి, పక్కనే వున్నా "క్వీన్ స్టోన్" అనే స్టేషన్ కి వెళ్లి, అక్కణ్ణించీ డబ్లిన్ వెళ్లి, అక్కణ్ణుంచి ఇంగ్లాండ్ వెళ్లాలని నిర్ణయం చేసుకున్నాడు. ఎలాగైతే నేమి వాళ్ళు 20 డిసెంబర్ కి అనుకున్న గమ్యస్థానం లివర్ పూల్ కి చేరుకున్నారు. పాస్ పెర్త్ కి చాలా సంతోషంగా ఉంది. ఎందుకంటె తన యజమాని 21 డిసెంబర్ కల్లా రిఫార్మ్స క్లబ్ కి చేరుకుంటాడు. లివర్ పూల్ నుంచి ఆరుగంటల ప్రయాణమే కదా అని సంతోషపడుతూ వున్నాడు.ఈలోగా డిటెక్టివ్ ఫిక్స్ చాలా ఆనందంగా ఉన్నాడు. అతను వచ్చాడు. వీళ్లంతా సంతోషంగా ఉన్నారు. ఫిలియాస్ ఫాగ్ దగ్గరకెళ్ళి మీ

పేరు ఫిలియాస్ ఫాగ్ కదా, అని అడిగాడు డిటెక్టివ్ ఫిక్స్. ఒక్కింత ఆశ్చర్యపడ్డాడు ఫిలియాస్ ఫాగ్ అలా అడగటంతో. అవును అన్నాడు ఫిలియాస్ ఫాగ్. మిమ్మల్ని నేను అరెస్ట్ చేస్తున్నాను. బ్యాంకు అఫ్ ఇంగ్లాండ్ లో దొంగతనం చేశారు. అరెస్ట్ వారెంట్ చేతికి రావాలని మీ చుట్టూ తిరుగుతున్నానూయ్. మిమ్మల్నిపుడు అరెస్ట్ చేస్తున్నాను, అని అనగానే అందరూ చాలా ఆశ్చర్య పడ్డారు. ఫిలియాస్ ఫాగ్ కూడా ఒక్క క్షణం అవాక్కయ్యాడు. కానీ ఒకరకమైన నిస్సహాయ స్థితిలో వున్నాడు యిపుడు. ఎప్పుడూ గంభీరంగా ఉండే ఫిలియాస్ ఫాగ్ కి చాలా కోపం వచ్చింఫి మొట్టమొదటి సారి. ఫిలియాస్ ఫాగ్ డిటెక్టివ్ ఫిక్స్ తో నీ అంత ద్రోహి ఉంటాడని నేను ఎప్పుడూ అనుకోలేదు. నిన్ను నా స్నేహితుడిగా

భావించి, నీ కోసం నేను నా డబ్బులు ఖర్చు చేసి, నిన్ను ఇంతవరకూ తీసుకుని వచ్చాను. ఇంత విశ్వాస ఖాతకుడివి అని నేనెప్పుడూ అనుకోలేదు, అని చాలా గట్టిగా కోప్పడ్డాడు. మనసులో డిటెక్టివ్ ఫిక్స్ నిజంగానే ఫిలియాస్ ఫాగ్ మంచివాడిలాగే ఉన్నాడు. కానీ నేను ఏం చేయగలను. నేను న్యాయంగా న డ్యూటీ చేస్తున్నాను. ఈ హఠాత్పరిణామం చూసి మేడం ఔదా వెక్కి వెక్కి ఏడుస్తూ పాస్ పెర్త్ భోజంపై తలవాల్చి తన దుక్ఖాన్ని ప్రకటిస్తోంది. ఫిలియాస్ ఫాగ్ ఏమీ చేయలేని పరిస్థితిలో జైల్లో బంధింప బడ్డాడు. తన సర్వస్వం అంతా పోగుట్టుకున్నాడు. ఏం చేయాలి. ఒక మంచి అవకాశం దొరికితే బాగుండును కదా అని అనుకున్నాడు. అతడు విజయానికి చాలా చేరువలో ఉన్నాడు. విధి ఎంత విచిత్రమైనది కదా అని

అనుకున్నాడు. నేను దొంగని అని భ్రమించి, నన్ను అక్రమంగా అరెస్ట్ చేశారు అని ఆలోచిస్తూ ఉండగా, కొద్దీ క్షణాల్లోనే పాస్ పెర్త్, ఔదా, గబగబా పరుగెత్తుకుంటూ ఫిలియాస్ ఫాగ్ ఉన్న జైలు దగ్గరికి వచ్చారు. వెంటనే వెనుకే డిటెక్టివ్ ఫిక్స్ కూడా పరిగెత్తుకుంటూ వచ్చి, ఫిలియాస్ ఫాగ్ గారూ! మీరు వెళ్లిపోవచ్చు. మీరు స్వేచ్ఛా జీవి. అసలైన బ్యాంకులో దొంగతనం చేసిన దొంగని మూడురోజుల క్రితమే అరెస్ట్ చేశారు. కాబటికి మీరు ఇప్పుడు స్వేచ్ఛగా వెళ్ళవచ్చు అని చెప్పగానే, ఫిలియాస్ ఫాగ్ బయటికి వచ్చాడు. కానీ అతనికి చాలా కోపంగా ఉంది. ఏమీ చేయని నేరానికి ఇలా చేస్తాడా అని, ముందు ఎడమ చేత్తో తర్వాత కుడిచేత్తో డిటెక్టివ్ ఫిక్స్ డొక్కలో పొడిచాడు గట్టిగా. పిడి గుద్దులు గుద్దాడు. ఆ దెబ్బలకి

డిటెక్టివ్ ఫిక్స్ ఒక్కసారిగా కిందపడిపోయాడు.

****

80 రోజుల్లో భూప్రదక్షణ
(Around the World in 80 days)

Last Chapter 7

పోయిన అధ్యాయంలో చాలా ఆందోళనతో కథ సాగింది. సరిగ్గా 20 డిసెంబర్ కి ఫిలియాస్ ఫాగ్ లివర్ పూల్ చేరాడు. అక్కడి నుంచీ ఆరు గంటల ప్రయాణంతో అతను ఫిన్ లాండ్ చేరుతాడు. ఆ తర్వాత సరిగ్గా 21 డిసెంబర్ 8 .45 PM కి రిఫార్మ్స క్లూయిబ్ కి ఆయన చాలా సులభంగా చేరగలదుకానీ, ఆఖరి నిముషంలో ఈ డిటెక్టివ్ ఫిక్స్ రావటం, అరెస్ట్ చేయటం వంటి పరిణామాలు జైలు లో వేయటం,

అక్కడ కొంత సమయం వృధా కావటం ఇలా ఒక దాని తర్వాత ఒకటి జరిగి పోయాయి. చాలా వేగంగా, వింతగా జరిగి పోయాయి. ఫిలియాస్ ఫాగ్ కి డిటెక్టివ్ ఫిక్స్ మీద మొదటి సారిగా కోపం వచ్చింది. డిటెక్టివ్ ని కోప్పడటం, కొట్టటం కూడా జరిగింది. పాస్ పెర్త్ కి కూడా డిటెక్టివ్ ఫిక్స్ మీద చాలా కోపం వచ్చింది. గట్టిగానే కోప్పడ్డాడు పాస్పర్ట్ డిటెక్టివ్ ఫిక్స్ ని. ఆ తర్వాత ఇంకా ఆలస్యంగా చేయకుండా వెంటనే వాళ్ళు రైల్వే స్టేషన్ కి బయలు దేరారు. అక్కడికియూ వెళ్లేసరికి దురదృష్టం కొద్దీ రైలు ఆలస్యంగా వచ్చింది. మరి ఆరోజు 21 డిసెంబర్. ఇక్కడ రైలీ ఆలస్యమైంది. అందరూ, చాలా ఆదుర్దాగా, రైల్ ఎక్కి కూర్చున్నారు. ఇంగ్లాండ్, హూస్టన్ స్టేషన్ చేరి టైం చూద్దామని గడియారం వైపు చూసారు. ఆ

గడియారం 21డిసెంబర్ సరిగ్గా 8 .50 నిముషాలు చూపిస్తోంది సాయంత్రం. అంటే ఎంత దురదృషమంటే సరిగ్గా అయిదు నిముషాల ఆలస్యంలో పాండే ఒడి పోతున్నాము అనే బాధ అందరిలో కలిగింది. మౌనంగానే వాళ్ళు వాళ్ళు ఇళ్లకు వెళ్లారు. ఫిలియాస్ ఫాగ్ ముభావంగా గంభీరంగా, మౌనంగా వున్నారు. పాస్ పెర్త్ చాలా బాధ పడుతున్నాడు. తన యజమాని ఈ పోటీని గెలవాలని ఎంతో కోరుకున్నాడు. చివరికి ఇలా ఒక్క ఐదు నిముషాలలో ఓడిపోవటం ఏమిటి అని అనుకున్నాడు. మేడం ఔదా కూడా, ఇలా జరిగినందుకు చాలా బాధపడింది.

ఆ మర్నాడు ఫిలియాస్ ఫాగ్, మామూలుగా అయితే పొద్దున్న 11.30 కల్లా రిఫార్మ్స క్లబ్ కి టంచనంగా బయలుదేరాడు. కానీ

వెళ్ళలేదు. మొట్టమొదటి సారిగా అలా జరిగింది. ఫిలియాస్ ఫాగ్, మేడం ఔదా దగ్గరికి వచ్చాడు. నేను మిమ్మల్ని ఇంగ్లాండ్ కి తీసుకు వచ్చాను. మీకు ఎంతో మంచి జీవితాన్ని ఇవ్వాలని ఆశపడ్డాను. కానీ ఇప్పుడు నేను బీదవాడిని అయ్యాను. నాకు ఈ ఇల్లు మాత్రమే ఉంది. అంటూ ఎంతో బాధగా అన్నాడు. దానికి సమాధానంగా అదేమిటి? మీకు ఎవరూ స్నేహితులు లేరా... అని అడిగింది. అంటే ఫిలియాస్ ఫాగ్ లేరు. నాకు స్నేహితులు ఎవరూ లేరు అన్నాడు. మరి బంధువులు కూడా ఎవరూ లేరా. అంటే, బంధువులు కూడా ఎవరూ లేరు అన్నాడు ఫిలియాస్ ఫాగ్. ముక్తసరిగానే జవాబిచ్చాడు. అందుకు మేడం ఔదా ఫరవాలేదు. మనకి బంధువులు ఎవరూ లేకపోయినా, స్నేహితులు ఎవరూ లేకపోయినా, డబ్బుల

లేకపోయినా మనిద్దరమూ హాయిగా జీవించవచ్చు. నేను మీకు తోడుగా వుంటాను. సహాయంగా నిలుస్తాను. నేను మిమ్మల్ని ప్రేమిస్తున్నాను. అనగానే, ఆ మాటలకి ఫిలియాస్ ఫాగ్ కాల్ చెమర్చాయి. కంట్లో నీటి చుక్కలు మెరిసాయి. యిది అంతా గమనిస్తున్న పాస్ పెర్త్ కూడా ఆ సన్నివేశానికి చాలించిపోయాడు. ఔదా మళ్ళీ ఇలా అంది ఫిలియాస్ ఫాగ్ తో. చూడండి, నేనెవరో తెలియక పోయినా, చితిమంటలలో కాలిపోవాల్సిన నన్ను తప్పించి కాపాడారు. నాకు ఒక కొత్త జీవితాన్ని కల్పించారు. యివన్నీ నేను ఎలా మరచి పోగలను, అన్నాడు ఫిలియాస్ ఫాగ్ సమాధానంగా. మరి నిన్ను అంత దుర్మార్గంగా చితిమంటల మధ్య దహనం చేయాలనుకుంటే అది చూసే

నేను భరించలేక పోయాను. అందులో నా గొప్పతనం ఏమీ లేదు అన్నాడు. అపుడు వెంటనే ఫిలియాస్ ఫాగ్, ఔదా అంగీకారం తెలపడంతో, పాస్ పెర్త్ ని పిలిచి, నీకు Rev. విల్సన్ గారి ఇల్లు తెలుసు కదా! నేను, ఔదా యహిప్పుడే పెళ్లి చేసుకుందాం అనుకుంటున్నాను. వెంటనే దానికి సంబంధించిన వివరఫాలు కనుక్కుని రా అని చెప్పగానే పాస్ పెర్త్ ఎంతో సంతోషంగా వెంటనే పరుగెత్తాడు. మళ్ళీ కాసేపటికే ఒప్పిరి ఎగ బీలుస్తూ మళ్ళీ వెనక్కి వచ్చాడు. మై మాస్టర్! ఫిలియాస్ ఫాగ్! ఇవాళ శనివారం. యింకొక పది నిముషాల్లో బయలు దేరాలి రిఫార్మ్స క్లబ్ కి వెళ్ళండి. మీరు మీ పందాన్ని గెలిచారు అంటూ సంతోషంగా గట్టిగా అరిచి చెప్పాడు. ఈ రోజు డిసెంబర్ 21వ తేదీ! శనివారం. సాయంత్రం 8 .45 నిముషాలకు

మీరు రిఫార్మ్స్ క్లబ్ కి చేరుకోవాలి. ఇంకా టైముంది. తర్వారగా బయలు దేరండి అంటూ తొందర పెట్టాడు పాస్ పెర్త్.

అదేమిటీ! ఉయివాళ శనివారంనా! అది ఎలా! అంటూ ఆశ్చర్యపోయాడు. అసంభవం కదా! అన్నాడు ఫిలియాస్ ఫాగ్. సమాధానంగా పాస్ పెర్త్ మనం భూప్రదక్షిణ తూర్పు వైపుగా ప్రయాణం చేసాము. తూర్పు దిశగా వెళ్తే మనకి సమయం చాలా కలిసి వస్తుంది. అందుకే మనం రెండు రోజులు ముందుగానే గమ్యాన్ని చేఉకున్నాము. ఎక్కువ టైంలేదు. మీరు త్వరగా బయలు దేరండి, అంటూ హడావిడి చేసాడు. తానే ఒక గుర్రపు బండిని మాట్లాడి రిఫార్మ్స్ క్లబ్ చేరుకోవాలన్న తొందరలో తానే వేగంగా నడపడం మొదలు పెట్టాడు పాస్ పెర్త్.

మధ్యలో రెండు కుక్కలా ప్రాణాలు కాపాడబడ్డాయి. ఒక ముసలావిడ కూడా తృటిలో ప్రమాదం నుంచి తప్పించుకుంది. రిఫార్మ్స్ క్లబ్ కి చేరగానే హుందాగా, ఎటువంటి హావభావాలు ప్రదర్శించ కుండా, 8.45 నిముషాలకి క్లూయిబ్ లోపలి ద్వారం దగ్గరికి ఫిలియాస్ ఫాగ్ చేరారు. క్లబ్ లోపల ఉన్న స్నేహితులందరూ ఆదుర్దాగా ఎదురు చూస్తున్నారు. ఇంకొక్క నిముషమే ఉంది అని అనుకుంటుండగా తలుపు తెరిచి, గుడ్ ఈవెనింగ్ జెంట్లేమెన్. ఐ అం బ్యాక్ హియర్. ఐ హొప్ ఐ am ఆ రుచిమన్ నౌ, అని అన్నాడు ఫిలియాస్ ఫాగ్. అందరూ ఆశ్చర్యంతో ఆనందంతో అవును నువ్వు పందెం గెలిచావు. నువ్వు రిచ్ మాన్ వి అని చప్పట్లు కొట్టారు. అక్కడున్న వారందరూ

ఫిలియాస్ ఫాగ్ విజవంతంగా భూప్రదక్షిణ చేసి వచ్చినందుకు చాలా సంతోషించారు.

మేడం ఔదా, పాస్ పెర్త్ లు కూడా చాలా సంతోషంగా ఉన్నారు. వారి ఆనందానికి పగ్గాలు లేవు.

యింటికి రాగానే సోమవారం నాడు ఔదా, ఫిలియాస్ ఫాగ్ వివాహం చేసుకున్నారు. పాస్ పెర్త్ కి వీరిద్దరి వివాహం చాలా ఆనందం కలిగించింది. ఆ సందర్భంలో పాస్ పెర్త్ ఒకమాట అన్నాడు. నిజానికి ఫిలియాస్ ఫాగ్ గారు తూర్పు దిశలో మనం ఇండియా దిక్కుగా వెళ్లకుండా, వేరే మార్గంలో వెళ్లి ఉంటె, మనం 78 రోజుల్లోనే భూప్రదక్షిణ చేసి తిరిగి వచ్చేవాళ్ళం. అంటే ఫిలియాస్ ఫాగ్ పాస్ పెర్త్ తో నిజమే! నువ్వన్నట్లు వేరే దిశలో ప్రయాణించి

ఉంటె త్వరగా వచ్చే వాళ్ళం, కానీ మన ప్రయాణం ఇలా సాగినందు అల్లే కదా నాకు ఇంత అందమైన ఔదా లభించింది. నా భార్యగా చేసుకోగలిగాను అంటూంటే ఔదా, పాస్ పెర్త్ లు యిద్దరూ ఎంతో సంతోషించారు.

సోమవారం వివాహం చేసుకున్న తర్వాత వారందరూ చక్కగా, ఉత్సాహంగా పార్టీ చేసుకున్నారు. అప్పటి నుంచీ ఔదా, ఫిలియాస్ ఫాగ్, పాస్ పెర్త్ లు హాయిగా ఆనందంగా వారి జీవితాలు గడిపారు. ఆ తర్వాతి నుంచీ, యదావిధిగా, వారి జీవిత ప్రయాణం ఎప్పటిలాగానే సాగింది. వీరి 80 రోజుల్లో భూప్రదిక్షిణ చేసిన విషయాన్ని మాత్రం అందరూ ఎంతో గొప్పగా, సాహస కృత్యంగా చెప్పుకున్నారు.

ప్రియమైన పాఠకులారా.... ఈ కథను విని మీరందరూ ఆనందిస్తారని, భౌగోళిక పరిస్థితులు, సమయాల వివరణ అర్థం చేసుకుంటారనే అనుకుంటున్నాను. ఒక దిశగా ప్రయాణిస్తే ఒక టైం జోన్, ఇంకో దిశగా ప్రయాణిస్తే , ఇంకో టైం జోన్ ఉంటుంది. కాబట్టి ఒకసారి ముందుకీ, మరోసారి ఇంకో టైం జోన్ లోకి ప్రయాణిస్తూ 80 రోజుల్లో భూప్రదక్షిణ కావించాము. మీకు నచ్చిందని, భావిస్తున్నాము.

*****

80 రోజుల్లో భూప్రదక్షణ కథ

MANTRI PRAGADA MARKANDEYULU, Litt.D

MANTRI PRAGADA MARKANDEYULU, Litt.D.,
Poet, Novelist, Song and Story Writer
B. Com, DBM, PGDCA, DCP,
(Visited Nairobi-Kenya, East Africa)
(Retd. Public Sector Enterprise Officer)

The State of Birland (Bir Tawil) Representative at Hyderabad-India
CESAR VALLEJO AWARD 2021, UHE, Peru for Literary Excellence
The Silver Shield Award from UHE, Peru for my Literary Excellence 2021.
2021 GOLDEN EAGLE WORLD AWARD FOR LITERARY EXCELLENCE,
HISPAN WORLD WRITERS' UNION Peru Gujarat Sahitya Academy and Motivational Strips LITERARY EXCELLENCE
"Royal Kutai Mulawarman Peace International Institute, Philippines"

*Royal Success International Book of Records
2019 Honor, Hyderabad-India
Institute of Scholars Research Excellence
Award-2020, Bangalore (India)
Gujarat Sahitya Academy and Motivational
Strips 2020 Honor, Gujarat-India
Hon. Doctorate in Literature from ITMUT,
Brazil. (2019)
Literary Brigadier (2018) from Story Mirror,
Mumbai, India
Spotlight Superstar (2018) from Story Mirror,
Mumbai, India
Golden Ambassador General for Development
and Peace at World
Peoples Forum @ TWPF/BTYA, Bangladesh
State of Birland at Bir Tawil Recognized Poet
RKMPII Nobility Award 2021
RKMPII HEART OF GOLD NOBLES
Certificate 2021
ISFFDGUN Internationally Accredited
Certificate 2021.
Dr. Sarvepalli Radhakrishnan Ratan Award
2021 – WHRC
Mahatma Gandhi Humanity Award 2021 –
WHRC.*

Hyderabad - Telangana State (INDIA)
Email: mrkndyl@gmail.com
+91-9951038802
+91-8186945103
Twitter: @mrkndyl68